கக்கன்
பொருளியல் சிந்தனைகள்

தொகுப்பாசிரியர்
கோ.ரகுபதி

நீலம்

நீலம்

கக்கன்: பொருளியல் சிந்தனைகள்

தொகுப்பாசிரியர் : கோ.ரகுபதி
முதற்பதிப்பு : டிசம்பர் - 2024
வெளியீடு : நீலம் பப்ளிகேஷன்ஸ்,
முதல் தளம், திரு காம்ப்ளக்ஸ்,
மிடில்டன் தெரு, எழும்பூர், சென்னை - 600008.
நூல் வடிவமைப்பு : பவித்ரன் முரளி
விலை ரூ.150

KAKKAN: PORULIYAL SINDHANAIGAL

COMPILED BY : K.RAGUPATHI ©
First Edition : December - 2024
Published by : NEELAM PUBLICATIONS,
1st floor, Thiru Complex, Middleton street,
Egmore, Chennai - 600008.

Cover Art : Sampath

Cover Design : **Blufoxy media, Thilipkumar**

Email : editor@neelampublications.com
Mobile : +91 98945 25815

INR : 150
ISBN : 978-93-94591-42-4

Neelam Monthly Magazine & Subscription - www.theneelam.com
Neelam Online Store - www.neelambooks.com

தொகுப்பாசிரியர் குறிப்பு

கோ.ரகுபதி (1975)

தூத்துக்குடி மாவட்டம் சாத்தான்குளம் வட்டம், பிடாநேரி கிராமம், டிகேசி நகரைச் சேர்ந்தவர். தென்னிந்தியத் திருச்சபையின் T.D.T.A. நடுநிலைப் பள்ளியில் தொடக்கக் கல்வியையும் நாசரேத் மர்காஷியஸ் மேல்நிலைப் பள்ளியில் மேல்நிலைக் கல்வியையும் பயின்றார். நாசரேத் மர்காஷியஸ் கல்லூரியில் இளங்கலைப் பட்டத்தையும் திருநெல்வேலி மனோன்மணியம் சுந்தரனார் பல்கலைக்கழகத்தில் முதுகலை, முனைவர் பட்டங்களையும் பெற்றார். தமிழ்த் தினசரி ஒன்றில் மதுரையிலும் சேலத்திலும் 1999 - 2000ஆம் ஆண்டில் நிருபராகவும் மேற்குறிப்பிட்ட பல்கலைக்கழகத்தில் 2008 - 2011ஆம் ஆண்டுகளில் சமூக விலக்கல் & உட்கொணர்வு கொள்கை ஆய்வு மையத்தில் இணை ஆராய்ச்சியாளராகவும் பணியாற்றினார். தமிழ்நாடு அரசுக் கல்லூரிப் பணிக்கு 2011ஆம் ஆண்டு தேர்வாகி, சேலம் மாவட்டம் ஆத்தூர் வடசென்னிமலை அறிஞர் அண்ணா அரசுக் கல்லூரியிலும், திண்டிவனம் திரு. ஆ.கோவிந்தசாமி அரசினர் கலைக் கல்லூரியிலும், சென்னை மாநிலக் கல்லூரியிலும் வரலாற்றுத் துறையில் உதவிப் பேராசிரியராகப் பணியாற்றி தற்போது மாற்றுப் பணியில் தமிழ்நாடு ஆதிதிராவிடர் & பழங்குடியினர் மாநில ஆணையத்தில் உறுப்பினராகப் பணியாற்றுகிறார். ஹிந்து ஜாதிய கட்டமைப்பின் பரிமாணம், போராட்டம் போன்றவை குறித்து ஆய்வுசெய்கிறார்.

மின்னஞ்சல் : ko.ragupathi@gmail.com

நன்றி

இந்நூலுக்கான தரவுகளைச் சேகரிக்கத் துணைபுரிந்த தமிழ்நாடு ஆவணக் காப்பக நூலகர் திரு. உ.ஜெகன் பார்த்திபன், கக்கனின் பேச்சு இடம்பெற்றிருக்கும் ஆவணத்தைக் கொடுத்த ஷாலின் மரிய லாரன்ஸ், இந்நூலை வெளியிடும் நீலம் பதிப்பகத்தார் மற்றும் ஆசிரியர் அனைவருக்கும் என் நெஞ்சார்ந்த நன்றி.

பொருளடக்கம்

இயல்

1. கக்கன்: புரிதலுக்கான சில புள்ளிகள்	07
2. குடியானவர்களின் எண்ணத்தை மாற்றுதல்	09
3. உணவு தானியப் பெருக்கத்தில் கக்கன்	20
4. கக்கன் பங்கேற்ற நிகழ்வுகள்	27

பின்னிணைப்புகள் – கக்கனின் எழுத்துகளும் பேச்சுகளும்

1. புத்தாண்டு வாழ்த்துகள்	36
2. கக்கன் அவர்கள் ஆற்றிய உரை	40
3. கக்கனின் முன்னேற்றப் பாதை	51

இயல்

கக்கன்: புரிதலுக்கான சில புள்ளிகள்

கக்கன் ஆதிதிராவிடச் சமூகத்தைச் சேர்ந்தவர்; எளிமையானவர்; காமராஜரின் நம்பிக்கைக்குரியவர். அதனால் அவருக்குப் பொதுப்பணி, உள்துறை, விவசாயம், ஆதிதிராவிடர், பழங்குடியினர் நலம் ஆகிய துறைகளின் அமைச்சர் பதவிகள் வழங்கப்பட்டன என்றும் கூறப்படுகிறது. தனக்கு நம்பிக்கைக்குரியவராக இருந்ததாலேயே அமைச்சர் பதவி கொடுத்தார் என்றால், அமைச்சர் பதவிக்கு "நம்பிக்கை" மட்டுமே போதுமானதாக இருக்க இயலுமா? நம்பிக்கையும் ஒரு காரணம் என்று கூறலாம். ஆனால், நம்பிக்கை மட்டுமே காரணமாக இருக்க இயலாது. "நம்பிக்கைக்குரியவர்" என்பதால் அமைச்சர் பதவி கொடுத்தார் எனக் கூறுவது கக்கனை மட்டுமல்ல காமராஜரையும் குறைத்து மதிப்பிடுவதாகவே இருக்கிறது. இந்தக் குறுகியப் பார்வையால் கக்கனின் சிந்தனைகளையும் பணிகளையும் ஆய்வாளர்கள் குறிப்பிட்டுக் கூறுமளவுக்குக் கவனப்படுத்தவில்லை. சமீப காலங்களில் சிலர் அதற்கான முயற்சிகளை முன்னெடுத்ததைக் காணமுடிகிறது. கக்கனைச் சுதந்திரப் போராட்டத் தியாகி, காங்கிரஸ்வாதி எனச் சுருக்கியதால், தலித்துகளின் மேம்பாட்டிற்காக அவர் எதுவும் செய்யவில்லை என்று கருதும் நிலை ஏற்பட்டதாகக் கூறி ஆதிதிராவிடச் சமூகங்களுக்காக அவர் செய்த பணிகளை எம்.இராஜேஷ்குமார் விவரிக்கிறார்.[1] இந்திய அரசியல் சாசன அவைக்கு உறுப்பினராக நிர்ணயிக்கப்பட்ட கக்கனின் செயல்களை ராக சுதன் விவரிக்கிறார்.[2]

கக்கனின் எழுத்துகள் கிடைக்கின்றன. அவை அவருடைய சிந்தனையைக் காட்டுகின்றன. அவர் 'முன்னேற்றப் பாதை' என்ற நூல் எழுதினார். இது அறியப்படாத செய்தியாகும். இந்நூல் இக்காலத்துக்கும் தேவையாகவும் பொருத்தமுடையதாகவும் இருப்பதால் அது இங்கு இணைக்கப்பட்டுள்ளது. மேலும், 'மேழிச்செல்வம்' என்ற அரசாங்க இதழுக்கு ஆண்டுதோறும் வாழ்த்துகள் எழுதியதும் கிடைக்கின்றன. இவை அனைத்தும் இந்த நூலில் தொகுக்கப்பட்டுள்ளன. தமிழ்நாட்டின் ஒட்டுமொத்த சமூகத்தின் உணவுத்

....

1. எம்.இராஜேஷ்குமார், நீலம், ஜனவரி 2023, கக்கன்: பெயரில் மறைந்திருக்கும் வரலாறு

2. Ragha Sudhan.S., 'P.Kakkan: Champion of Social Justice and Constituional Equity', in P.Kumar (Ed), Tamil Members in the Indian Constituent Assembly (Tiruchirappalli: Legal Centre for History of South India, 2024.

தானியத்துக்கும், ஊன் உணவுக்கும், பொருளாதார முன்னேற்றத்துக்கும், சமூகப் பாதுகாப்புக்கும், ஆதிதிராவிடர்களின் முன்னேற்றத்துக்கும் அந்தந்தத் துறைகளின் அமைச்சராகப் பதவி வகித்த கக்கன் முக்கியப் பணிகளைச் செய்ததை அறிய முடிகிறது. விவசாய அமைச்சராக இருந்தபோது அவர் விவசாயம் தொடர்பான கருத்தரங்கம், மாநாடு, பொருட்காட்சி, கண்காட்சி, காய்கறிப் போட்டிகள், நாற்றாங்கால்களைப் பார்வையிடுதல், நவீன எந்திரங்களைச் சோதித்தல், போன்ற பணிகளைச் செய்துள்ளார். இவை 'உணவுதானியப் பெருக்கத்தில் கக்கன்' என்ற தலைப்பில் எழுதப்பட்டுள்ளது. இது கக்கன் செய்த அளப்பரிய பங்களிப்பைக் காட்டுகிறது. இதுபோல், அவர் பிற துறைகளின் அமைச்சராக இருந்து அவர் மேற்கொண்ட பணிகளைத் தொகுப்பதும் அவசியம். இது அவரைப் பற்றிய புரிதலுக்கு வழிவகுக்கும். அவர் அமெரிக்கா, ஜப்பான் நாட்டு விவசாயிகளுடனும் அறிஞர்களுடனும் இந்திய ஒன்றியத்தில் பிற மொழிகளைப் பேசுகின்ற ஆளுமைகளுடனும் உரையாடினார். அவர்களுடன் உரையாட அவர் பயன்படுத்திய மொழி என்ன? அவருக்கு எத்தனை மொழிகள் தெரியும்? என்பது போன்ற கேள்விகளை எழுப்புகிறது. விவசாயம் தொடர்பான கருத்தரங்குகளிலும் பிற நிகழ்வுகளில் அவர் பேசிய உரைகளும் 'முன்னேற்றப் பாதை' நூலில் அவர் முன்வைத்துள்ள கருத்துகளும் அவருடைய சிந்தனையைக் காட்டுகின்றன. தீண்டாமையை ஒழிக்க அச்சட்டத்தை அமல்படுத்துவதை வலியுறுத்தும் கக்கன் ஜாதி இந்துக்களின் எண்ணத்தை மாற்ற வேண்டும் என்ற சிந்தனை கவனிக்கத்தக்கது. அவருடைய பணிகளால் ஒட்டுமொத்த சமூகமும் பலனடைந்திருப்பதை உணரமுடிகிறது. எனவே, கக்கனை "எளிமையானவர்", "காமராஜரின் நம்பிக்கைக்குரியவர்" என்ற பார்வைகளைக் கடந்து, தமிழ்நாட்டின் ஒட்டுமொத்த மக்களுக்கும் அவர் செய்தது என்ன என்பதைப் புரிந்துகொள்ளும் நோக்கில் ஆராய்ச்சிகள் மேற்கொள்ள வேண்டும்.

குடியானவர்களின் எண்ணத்தை மாற்றுதல்
கோ.ரகுபதி

கக்கனின் நூல்

உள்துறை அமைச்சராக இருந்தபோது கக்கன் எழுதிய 'முன்னேற்றப் பாதை' என்ற நூல் சென்னைத் தமிழ்ப் பண்ணை பதிப்பகத்தால் 1965 அக்டோபர் மாதம் வெளியிடப்பட்டது. சென்னை மெட்ரோபாலிடன் பிரிண்டர்ஸ் அச்சிட்ட இந்நூலின் அப்போதைய விலை ரூ.1.75. இந்நூலின் பதிப்புரையில் "பின்னேற்றத்தில் இருந்துதான் முன்னேற்றம் பிறக்கிறது" எனக் கூறும் சின்ன அண்ணாமலை, "கக்கன்ஜி காட்டுகின்ற முன்னேற்றம், நாட்டின் முன்னேற்றம்; வாழ்க்கையின் முன்னேற்றம்; நியாயத்திலும் நேர்மையிலும் தோன்றுகின்ற முன்னேற்றம்; நாட்டின் விடுதலைக்காகப் பாடுபட்டு, சிறைபட்டு, குருதி சிந்தி, எண்ணற்ற தியாகங்களைச் செய்த திரு.கக்கன்ஜி, தான் கண்ட முன்னேற்றப் பாதையைச் சொல்கிறார். அமைதியான பேருள்ளம் கொண்ட அமைச்சர் அவர்களின் எழுத்துகள் அமைதியாக இருந்தாலும் சிந்தனையைக் கிளறுகிறது" எனக் கூறியுள்ளார். 'நவீனமுறை விவசாயம்', 'விவசாய முன்னேற்றம்', 'நமது கால்நடைச் செல்வம்', 'ஹரிஜன நலன்', 'நமது பெரிய பணி', 'வேளாண்மை உற்பத்தியில் தமிழ்நாடு', 'சோதனை நேரத்தில் மக்கள் கடமை', 'விவசாய உற்பத்தி', 'நமது தலைவர்' என ஒன்பது தலைப்புகளில் 78 பக்கங்களில் கக்கன் இந்நூலை எழுதியுள்ளார்.

விவசாயப் பொருளாதாரம்

விவசாயத்தை விவசாயப் பண்பாடு (Agri – culture) எனப் பொதுவாகக் கூறப்படுகிறது. இதற்கு மாறாக, இந்நூலின் முதல் வரியிலேயே, அதை "உண்மையில் மிகப் பழமையான விஞ்ஞானமாகும்" எனக் கக்கன் கூறுகிறார். இப்பார்வைதான் சரியானது. இது ஒரு தொழிலாக வேகமாக வளர்ச்சி அடைவதைக் கண்டவர் அதற்கெனத் தொடர்ந்து ஆராய்ச்சிகளும் நடைபெறுவதை எடுத்துரைக்கிறார். உற்பத்திச் செலவைக் குறைத்தல், நவீன கருவிகளின் பயன்பாடு, இரசாயன உரங்கள், பயிர்ப் பாதுகாப்பு மருந்துகள் போன்றவை உற்பத்தியைப் பெருக்குவதோடு அவையெல்லாம் விவசாய ஆராய்ச்சிகளின் விளைச்சல் என்கிறார். அதன் காரணமாகவே எல்லாக் குடியானவர்களுக்கும் அதனுடைய பலன்கள் கிடைக்க வேண்டுமென

விரும்பினார். ஆனால், "குடியானவர்கள் பொதுவாக மாறுதல்களை விரும்புவதில்லை. புதுமுறைகளில் நம்பிக்கையின்மை காரணமாக, நவீன முறைகளை அவர்கள் மேற்கொள்ள விரும்புவதில்லை" எனக் கண்டவர், "ஆராய்ச்சிகளின் பலன்களை அவர்கள் உணர்ந்து அப்பலன்களைப் பெறும்படியாக அவர்கள் மனப்போக்கை மாற்றுவது எப்படி?" எனச் சிந்தித்தார். தமிழ்நாட்டின் வேளாண்மைத் துறையின் விரிவாக்கப் பிரிவு, ஆராய்ச்சிப் பிரிவுக்கும் குடியானவர்களுக்கும் பிணைப்பை ஏற்படுத்துவதையும் இப்பிரிவின் அலுவலர்களும் நிபுணர்களும் ஆராய்ச்சி முடிவுகளை விவசாயிகள் எளிதாக உணர்ந்து எளிதாக அனுசரிக்கும் வேலையைச் செய்யக் கூறுகிறார். குடியானவர்களுக்கு நவீன முறைகளை எடுத்துரைப்பதில், "பயன்படுத்தப்படும் முறைகள் மனம் கவரத்தக்க முறையில், ஆர்வத்தை வளர்க்கக்கூடிய வகையில் இருக்க வேண்டும்" என்றும், "பயன்படுத்தப்படும் முறைகள் அந்தந்த ஊர் நிலைமைக்கும், வட்டார நிலவரங்களுக்கும் அனுசரணையாக இல்லாமல் இருக்குமானால், அந்த முறைகளால் பலன் ஏற்படாது" என எச்சரிக்கிறார். இந்த முறைகள் வட்டார நிலைமைக்கு ஏற்ப வளைந்து கொடுக்கக்கூடியதாகவும் ஜனநாயக முறைக்கு ஏற்பவும் இருக்க வேண்டும் என வலியுறுத்துபவர், அவை சிறந்த முறையில் பலன் காண்பதற்குக் கூடுமானவரை அங்குள்ள உள்ளூர் தலைவர்களையும் ஏற்கெனவே உள்ள ஸ்தாபனங்களையும் பயன்படுத்த வேண்டும் என அறிவுறுத்துகிறார். இந்த வேலைகளுக்குப் பேச்சு, எழுத்து, சினிமா போன்றவற்றைப் பரிந்துரைத்தார். ஆராய்ச்சி நுட்ப முறைகளைப் பயன்படுத்த பண்ணைக்கு அழைத்துச் செல்லுதல், குழுத் தொடர்பு ஏற்படுத்துதல், செய்முறைக் காட்சி, சுற்றுலா, மகிழ்ச்சிப் பயணம், வானொலி, திரைப்படம், புத்தகம், நாடகம், பாட்டுப் போன்றவற்றைப் பயன்படுத்துவதாகக் கூறுகிறார்.

இப்பணிகளில் ஈடுபடுகின்ற அலுவலர்கள் சரியான நபர்களாகச் செயல்படுதல், தாம் வேலை செய்யும் வட்டார நிலவரத்தை அறிந்திருத்தல், மக்களுடைய நலன்களையும் தேவைகளையும் தெளிவாகத் தெரிந்திருத்தல், மதிநுட்பம், பொறுமை, ஆற்றல், விஷயஞானம் போன்றவை இருக்க வேண்டும் எனக் கூறுகிறார். மேலும், தமது நம்பிக்கையை, சொல்லைச் செயல்படுத்த வல்லவராக இருக்க வேண்டும். இவை எல்லாவற்றுக்கும் மேலாக, "குடியானவர்களின் மனப்பாங்கை புதிய முறைகளுக்கு மாற்ற வல்லவராக, அதற்கான தன்மை உள்ளவராக இருக்க வேண்டும்" எனவும் வலியுறுத்துகிறார். இவற்றின் நோக்கம், ஆராய்ச்சிகள் மூலம் உற்பத்தி முறைகளை அபிவிருத்தி செய்து, உற்பத்தி செலவுகளைக் குறைத்துச் சமுதாயம் இலாபமடைய வேண்டும் என்பதுதான்.

முதல் மூன்று ஐந்தாண்டுத் திட்டங்கள் நிறைவுபெறும் தருவாயில் உணவுப் பொருட்கள் வியாபாரப் பொருட்கள் அதிகரிப்புக் குறித்து மதிப்பிட்டார். இத்திட்டங்களில் உற்பத்தி செய்ய நிர்ணயிக்கப்பட்ட அளவுகளைக் கூறுகிறார். அதற்காக உருவாக்கப்பட்ட பாசன வசதிகளை விவரிக்கிறார். பரம்பிக்குளம் - ஆழியாறு, வைகை திட்டங்கள், புதியக் கட்டளை மேல் மட்டக் கால்வாய்த் திட்டம், புள்ளம்பாடி கால்வாய்த் திட்டம், வீடுர் நீர்த்தேக்கத் திட்டம், நெய்யாற்றுத் திட்டம், பாலாறு அணைக்கட்டு, சாத்தனூர் திட்டம், இராமநதித் திட்டம் ஆகிய திட்டங்கள் மூலம் 2.08 லட்சம் ஏக்கர் புதிய நிலங்களைப் பாசனத்தின் கீழ் கொண்டுவருவதே மூன்றாவது ஐந்தாண்டுத் திட்டத்தின் நோக்கமாக இருந்ததை விவரிக்கிறார். பாசன ஏரிகளைத் தூர்வாரிப் பண்படுத்தல், ஏரிகளின் உட்புறத்தில் தூர்வாரி ஏரியின் மட்டத்தைப் பழைய நிலைக்கு மீட்டுதல், தூர்வாரப்பட்ட மண் அமிழ்ந்துபோன நிலங்களை மீட்கப் பயன்படுத்தல், மீட்கப்பட்ட நிலங்களைச் சாகுபடிக்குக் கொண்டுவருதல் போன்ற பணிகளை விவரிக்கிறார். தூர் வாரப்படுவதால் அந்த ஏரியின் கீழ்ப் பதிவான ஆயக்கட்டில் பாசன வசதி கிடைக்காத நிலங்களும் மீண்டும் பாசன வசதி கிடைக்கும் என்றும், இது இரண்டாவது ஐந்தாண்டுத் திட்டத்தின் கீழ் முன்னோடித் திட்டமாக மேற்கொள்ளப்பட்டதாகவும், முதலில் செங்கற்பட்டு மாவட்டத்திலும் பின்னர் வடஆற்காடு, தென்ஆற்காடு, இராமநாதபுரம் மாவட்டங்களிலும் திருச்சிராப்பள்ளி மாவட்டத்தைச் சேர்ந்த புதுக்கோட்டை மண்டலத்திலும் செயல்படுத்தப்பட்டதாகவும் கூறுகிறார். அதிக உணவு உற்பத்திக்காகத் தனியார் துறைக்கு ஊக்கமளிக்க கிணறு வெட்ட கடன் வழங்கும் திட்டம் 1958-இல் மீண்டும் கொண்டுவரப்பட்டதையும், 1961-62, 1963-64-ஆம் ஆண்டில் புதியக் கிணறு திட்டத்தை நிறைவேற்றுவதில் நல்ல முன்னேற்றம் இருந்ததையும், 1963-64-ஆம் ஆண்டில் 2,998-கிணறுகள் பூர்த்தியாகியதையும் இதனால் 2,998-ஏக்கர் பலனடைந்து உற்பத்தி 1,499-டன் அதிகரித்ததையும் எடுத்துரைக்கிறார். மேலும், மணற்பாங்கான பகுதிகளில் ஈரத்தியமுள்ள இடங்களில் நீர் இறைப்பதற்காக வடிமுனைக் கிணறுகள் திட்டத்திற்குக் கடன் வழங்கப்பட்டதையும், ஆற்றுப் படுகைகளில் கிணறுகளைத் தோண்டி அதிக சக்தியுடைய எண்ணெய் இன்ஜின்கள் அல்லது மின்சாரப் பம்புகளைக் கொண்டு நீர் இறைத்துப் பாசன வசதி செய்துகொடுக்கும் திட்டத்தையும் விவரிக்கிறார். மண் வளம் பாதுகாப்புத் திட்டம், தரமான மூல வித்துக்கள், முதல்நிலை, இரண்டாம்நிலை வித்துக்களைப் பெருக்குதல், மூல வித்துக்களை அரசாங்க விதைப் பண்ணையில் பெருக்குதல், இரண்டாம்நிலை விதைகளை உற்பத்தி செய்து வழங்கும் பொறுப்பு பஞ்சாயத்துகளிடம் ஒப்படைத்தல்,

இரசாயன உரம் விநியோகிக்கும் திட்டம் அரசாங்க வர்த்தகத் திட்டமாக நிறைவேற்றுதல் போன்றவற்றைக் கூறுகிறார். எல்லா வட்டாரங்களிலும் கிராம எருக்குழி வள உற்பத்தியும், அதன் நிர்ணய அளவுக்குழி ஒவ்வொன்றுக்கும் முதல் நிரப்புதலுக்கு ரூ. 6-ம், அதைத் தொடர்ந்து நிரப்புவதற்கு ஒவ்வொரு குழிக்கு ரூ.3-ம் குடியானவருக்கும் உதவிப் பணம் வழங்கப்பட்டதையும், பசாயத்துகள் நிர்வகிக்கும் குழிவளக் கூடங்களுக்கு அரசாங்கம் அளித்த 4-ரூபாய், 6- ரூபாயாக அதிகரிக்கப்பட்டதையும், நகர்ப்புறக் குழி எருத்திட்டம் 72-நகராட்சிகளிலும், 311-அறிக்கையிடப்பட்ட பஞ்சாயத்துகளிலும் சென்னை மாநகராட்சி, மேட்டூர், கொடைக்கானல், பவானிசாகர், நெய்வேலி, குற்றாலம் ஆகிய இடங்களில் இத்திட்டம் செயல்படுத்தப்பட்டதையும் விவரிக்கிறார். விவசாய ஆராய்ச்சி கோயம்புத்தூர், ஆடுதுறை, திண்டிவனம், கோயில்பட்டி ஆகிய இடங்களிலும் கடலூர் மத்திய கரும்பு ஆராய்ச்சி நிலையம், பெரியகுளம் பழ ஆராய்ச்சி நிறுவனம், ஈரோடு, கோவை, கரூர், சென்னை, மதுரை, விருதுநகர் ஆகிய இடங்களில் நெய், எண்ணை ஆகியவற்றைத் தரப்படுத்த ஆறு ஆய்வுக் கூடங்கள் செயல்பட்டதையும் கூறுகிறார். விளைச்சலை வயலிலிருந்து தொழிற்சாலைக்கு எளிதாகவும் விரைவாகவும் கொண்டு செல்லுதல், அவற்றை விற்பனைக்கு அனுப்புதல் போன்ற செயல்களால் ஏற்கெனவே இருந்த மண் சாலைகளைச் செப்பனிடுதல், புதிய சாலைகள் அமைத்தல், பாலங்கள் அமைத்தல் எனப் போக்குவரத்தும் அவற்றுக்கான கட்டமைப்புகள் வளர்ந்ததையும் விவரிக்கிறார்.

கால்நடைச் செல்வம்

நாட்டின் பொருளாதாரத்திற்கும் விவசாயத்திற்கும் தேவையான கால்நடைகளைப் பாதுகாப்பதில் தனிக் கவனம் செலுத்தப்பட்டதைக் கூறுகிறார். கால்நடை உணவு, இனப்பெருக்கம், நோய்த்தடுப்பு என விஞ்ஞான முறையில் கால்நடைகளைப் பேணும் நோக்கம் கொண்ட "மையக் கிராமத் திட்டம்" செயல்படுத்தப்பட்டதை விவரிக்கிறார். ஓசூர், புதுக்கோட்டை, ஒரத்தநாடு, செட்டிநாடு, உதகை, திருநெல்வேலி மாவட்டம் அபிஷேகப்பட்டி ஆகிய இடங்களில் கால்நடைப் பண்ணைகள் நிறுவப்பட்டதையும் அங்கு தார்பார்கர், சிந்தி, முர்ரா வகை மாடுகள், செம்மறியாடு, பன்றி வளர்க்கப்பட்டதையும், குன்றுப் பகுதிகளிலும் பீடபூமி பகுதிகளிலுமுள்ள நாட்டு மாடுகளுடன் ஜெர்சி மாடுகளை இனக்கலப்புச் செய்ததையும், செங்கற்பட்டு மாவட்டம் அலமாதியில் பால் வற்றிய மாடுகளுக்குக் காப்புப் பண்ணையும், சென்னை நகரிலும் மாதவரம் பால் பண்ணையிலும், கறவை மாடுகள் பால் வற்றும் காலத்தில் அவற்றுக்கு இடமளித்து அவற்றைச்

சொந்தக்காரர்களிடம் ஒப்படைத்ததையும் விரிவாக எடுத்துரைக்கிறார். கோழி வளர்ப்புக்கு 55-நிலையங்கள் உருவாக்கப்பட்டன, 100-முட்டைகளிடும் 4-கோழிப்பண்ணை விரிவு நிலையங்கள், 500-முட்டைகளிடும் விரிவு நிலையங்களாக மேம்படுத்தப்பட்டன, காட்டுப்பாக்கம் செம்மறியாட்டுப் பண்ணையில் கோழிக் குஞ்சுகள் வளர்க்கப்பட்டது போன்றவற்றை விவரிப்பவர், குடியானவர்களுக்கு நவீன முறைகளில் கோழிப்பண்ணை வளர்ப்பது குறித்துப் பயிற்சி அளிக்கப்பட்டதையும் தேனாம்பேட்டை கோழிப்பண்ணை ஆராய்ச்சி நிலையம், இராமநாதபுரம் கால்நடைப் பண்ணை, ஓசூர் கால்நடைப் பண்ணை ஆகியவற்றில் பயிற்சி கொடுக்கப்பட்டதையும் விவரிக்கிறார். கோழிக் குஞ்சு வளர்ப்பவர்களுக்கு ஒரு வயதுள்ள கோழிக் குஞ்சுகள் ஒன்றுக்கு ரூ. 50-காசுகள் வீதம் கொடுக்கப்பட்டதையும் 1964-65-இல் 14,000-கோழிக் குஞ்சுகள் வழங்கப்பட்டதையும், கோழிப்பண்ணை வைத்திருக்கும் குடியானவர்களுக்குக் கருவிகளும், கோழிப்பெட்டிகள் அமைக்கக் கடனுதவியும், மானியமும், அடைகாக்கும் கருவிகள் மலிவு விலையிலும் வழங்கப்பட்டதையும் கூறுகிறார்.

நாட்டில் தலைசிறந்த சென்னை கால்நடை மருத்துவக் கல்லூரியில் பல மாநிலங்களிலிருந்து மாணக்கர்கள் வந்து பயின்றது, பிவிஎஸ்ஸி படிப்புக்கான இடங்கள் உயர்த்தப்பட்டது, ஓசூர், ஒரத்தநாடு, செட்டிநாடு, புதுக்கோட்டை ஆகிய இடங்களிலுள்ள கால்நடைப் பண்ணைகளில் கால்நடைப் பணியாளர்களுக்கும் சென்னையிலும் பிற மாவட்டங்களிலும் கால்நடைத் தோலுரிப்புத் தொழிலில் ஈடுபடுபவர்களுக்குப் பயிற்சி அளிக்கப்பட்டது என நிறுவனங்களை உருவாக்கி அதன்வழி அறிவியல் முறையில் பயிற்றுவிக்கப்பட்டதை விவரிக்கிறார். கால்நடைகளுக்கு ஏற்படும் அம்மை, அடைப்பான், கோமாரி, பிளாக் குவார்ட்டர், ஹெமோரோஜிக் செப்டிக் கேமியா கோழிகளுக்கு ஏற்படும் ராணிகட், கோழி அம்மை முதலிய நோய்களைத் தடுக்கத் தேவையான மருந்துகள் இராணிப்பேட்டை கால்நடை நோய்த்தடுப்பு மருந்து நிலையத்தில் உற்பத்தி செய்யப்பட்டதையும், இவை இங்கிருந்து மற்ற மாநிலங்களுக்கும் அனுப்பப்பட்டதையும், அக்காலத்தில் தமிழ்நாட்டில் 36-கால்நடை மருத்துவமனைகளும் 198-கால்நடை மருந்தகங்களும் 73- சிறு மருந்தகங்களும் 19-இயங்கும் மருத்துவ வண்டிகளும் 90-முதலுதவி நிலையங்களும் என மொத்தம் 416-கால்நடை மருத்துவ நிலையங்கள் செயல்பட்டதையும் எடுத்துரைக்கிறார்.

தொற்றுநோய் குறித்த அறிக்கை வந்ததும் கால்நடை மருத்துவர்கள் அவற்றை ஆவண செய்து, கொள்ளை நோய்ப் பகுதிகளில் தடுப்பு ஊசிப் போட வேண்டும் என அறிவுறுத்துகிறார். தொற்றுநோய்களை உடனடியாகக் கட்டுப்படுத்தும்

பொருட்டு 20- கால்நடை வளர்ப்பு மாவட்டங்கள் ஒவ்வொன்றிலும் ஒன்று என 20-இயங்கும் கால்நடை மருத்துவ அலகுகள் பணியாற்றியதையும் அவை தொற்று நோய்களைத் தடுப்பதில் பெரும்பங்காற்றியதையும் எடுத்துரைக்கிறார். தமிழ்நாட்டில் கால்நடை வளர்ச்சியைப் பெருக்க "சிறப்பு வளர்ச்சித் திட்டம்" செயல்படுத்தப்பட்டு அதன் மூலம் முட்டை, இறைச்சி முதலிய துணை உணவு வகைகளின் உற்பத்தியைப் பெருக்கி, ஊன் உணவுப் பண்டங்கள் நியாய விலையில் அதிகளவில் கிடைக்கச் செய்வதன் மூலம் உணவு தானிய தேவைகள் குறைக்கப்பட்டதையும் விவரிக்கிறார். இதன்மூலம் காங்கிரஸ் அரசாங்கம் பொறுப்பேற்றப் பின்னர் நிறைவேற்றப்பட்ட ஐந்தாண்டுத் திட்டங்களின் துணையுடன் நவீன அறிவியல் முறையில் தொழிலாகச் செயல்படுத்தப்பட்ட மேலே விவரித்த திட்டங்கள், குடியானவர்கள் எனக் கூறப்படும் ஜாதிகளைப் பொருளாதாரத்தில் முன்னேற்றுவதில் முக்கியப் பங்காற்றியிருக்கிறது என்பது விளங்குகிறது.

காவலர்களின் கடமைகள்

கக்கன் அந்நூலில் காவலர் கடமை குறித்துப் பேசுகிறார். ஆங்கிலேயர் ஆட்சியில் காவலர் ஒரு தனி வர்க்கமாகக் கருதப்பட்டதாகக் கூறும் அவர், சுதந்திர காலத்தில் சமூகத்தைக் காப்பாற்றுவதிலும் நாட்டின் நலத்திலும் காவலர்களுக்கு முக்கியப் பங்கு உண்டு என்பதை விளக்குகிறார். தொழில்மயமாதலாலும் நகரமயமாதலாலும் நாட்டில் ஏராளமான 'நாகரீக' குற்றங்களும், சிக்கல்களும் அவற்றின் அளவும் அதிகரிக்கின்றன என்பதைச் சுட்டுகிறார். அதாவது, பொதுவான குற்றங்களான கொலை, கொள்ளை, திருட்டு ஆகியவை அல்லாமல் மோசடி, நம்பிக்கை துரோகம், கள்ள நோட்டு அச்சடித்தல், பெண்களைக் கடத்திச் செல்லுதல், விபச்சாரம் ஆகியனவும் சிறுவர்களின் குற்றமும் அதிகரிப்பதால் காவலர்களின் பொறுப்பும் அதிகரிப்பதாகக் கூறுகிறார்.

மேலும், பொதுப் பிரச்சினைகளாலும் உள்ளூர் தகராறுகளாலும் தொழிற்சாலைப் பகுதிகள், கல்வி நிறுவனங்கள் ஆகிய இடங்களில் சட்டம் ஒழுங்கு நாளுக்கு நாள் அதிகரிப்பதாகவும், பல்வேறு நிகழ்ச்சிகள், நாட்டின் நடப்புகள் காரணமாக அரசியல் கட்சிகள், சாதி நிறுவனங்கள் ஆகியன நடத்தும் போராட்டங்களையும் சாதுரியமாகவும் உறுதியாகவும் திறமையுடனும் விழிப்புடனும் காவலர்கள் சமாளிக்க வேண்டுமென அறிவுறுத்துகிறார். போக்குவரத்துப் பிரச்சினைகளும் குற்றங்களும் அதிகரிப்பதாகவும் போக்குவரத்துக் கட்டுப்பாடு, போக்குவரத்தை முறைப்படுத்துதல், போக்குவரத்துக் கல்வி ஆகியவற்றில் காவலர்கள் கவனம் செலுத்த வேண்டுமென்றும், சாலைகளில் பாதுகாப்பை அதிகரிக்கவும் போக்குவரத்து

நிலைமையைச் சீராக்கவும், போக்குவரத்துப் பொறியியலை அத்துறை வல்லுநர்கள் மூலம் கற்றுக்கொள்ள வேண்டுமெனவும் வலியுறுத்துகிறார். சீனர்களின் ஆக்கிரமிப்பின்போது தமிழ்நாட்டு போலீஸாரின் நடவடிக்கையைப் பாராட்டியுள்ளார்.

மதுவிலக்கு

இந்தியாவிலேயே முதன் முறையாக மதுவிலக்குக் கொண்டுவந்த பெருமை தமிழ்நாட்டுக்கே உரியது எனக் கூறும் கக்கன், 1937-ஆம் ஆண்டு முதல் அதன் செயல்பாடுகளைக் கோடிட்டுக் காட்டுகிறார். மதுவிலக்குச் சிப்பந்திகளாலும், காவலர்களாலும் மதுவிலக்கு செயல்படுத்தப்பட்டதைக் கூறுபவர், மதராஸ் மதுவிலக்குச் சட்டத்தின் கீழ் வழக்குகளைப் பதிவு செய்யும் பணி காவலர்களிடம் ஒப்படைக்கப்பட்டதாகவும் கூறுகிறார். மற்ற மாநிலங்களில் இருந்து குடி வகைகளைக் கடத்திக்கொண்டு வருவது ஆண்டுதோறும் அதிகரித்தாகவும் அது 1963-ஆம் ஆண்டில், 1959-ஆம் ஆண்டு இருந்த எண்ணிக்கையைப் போல் இரு மடங்கு ஆகியிருக்கிறது என்றும் கூறும் கக்கன், மதுவிலக்குச் சட்டத்தைத் தீவிரமாக அமல்படுத்தியதால் வெளிமாநில மதுக்கடத்தல் குறைந்ததாகவும் இதுபோல் கள்ளச்சாராயம், கள், மதுவிலக்குத் தொடர்பாக அமைக்கப்பட்ட குழு, "கள் இறக்குவது, கள்ளச்சாராயம் காய்ச்சுவது, கள்ளக் கடத்தல் மூலம் சாராயம் கொண்டுவருவது ஆகிய எந்த முறையில் மதுவிற்பனை செய்யப்பட்டாலும் இவை தடுக்கப்பட முடியாதவை அல்ல. தமிழ் நாட்டில் மதுவிலக்குத் தளர்த்தப்பட வேண்டியது இல்லை" எனக் கூறியதை எடுத்துக்காட்டுபவர் மாவட்ட வளர்ச்சி மன்றங்கள், தாலுகா மதுவிலக்குக் குழுக்கள், கிராமக்காவல் குழுக்கள் ஆகியவை மதுவிலக்கைச் சரியான முறையில் அமல்படுத்துவது பற்றி ஆலோசனைக் கூறுவதையும் எடுத்துரைக்கிறார். மதுவிலக்கின் காரணமாக வேலை இழந்து வாழ்வதற்கு வழியற்றவர்களுக்கும், முன்பு மதுவகைத் தொழிலில் ஈடுபட்டிருப்பவர்களுக்கும், வேலை அளிப்பதற்குப் பனை வெல்ல உற்பத்தி கூட்டுறவுச் சங்கங்கள் மாவட்டங்களில் ஆரம்பிக்கப்பட்டு மாற்று வழி உருவாக்கப்பட்டதை விவரிக்கிறார்.

ஹரிஜன முன்னேற்றம்

'ஹரிஜன முன்னேற்றம்' என்ற தலைப்பில் அம்மக்களின் முன்னேற்றத்திற்காகத் தமிழ்நாட்டில் 1949-இல் இருந்தே திட்டமிட்டுப் பணிபுரிவதாகவும், 'ஹரிஜன நல இலாகா'வை ஏற்படுத்தி ஒன்றிய அரசாங்க உதவியாலும் மற்ற இலாகாக்களின் கூட்டுறவாலும் அவர்களை முன்னேற்றுவதாகவும்,

இதனால் அம்மக்களின் முன்னேற்றத்தில் புதிய சகாப்தம் உதயமாகி வருவதாகவும் கூறும் கக்கன் இதை அம்மக்களுக்காகச் "செலவு செய்யப்பட்டத் தொகையிலிருந்து விவரமாக அறியலாம்" என்கிறார். தீண்டாமையை ஒழித்து அவ்வகுப்பினரை, சமூகத்தின் மற்ற பிரிவினர் இருக்கும் நிலைக்கு உயர்த்துவது மிக முக்கியமானதாகும் எனக் கூறுபவர், அதை அடைவதற்குத் தீண்டாமை ஒழிப்புச் சட்டத்தைத் தீவிரமாக அமல்படுத்துவதுதன் தேவையைக் கூறுகிறார். அதேசமயம், ஜாதி இந்துக்களின் எண்ணத்தை மாற்றுவது தீண்டாமை ஒழிப்பில் மிக முக்கியமானது என்பதை அரசாங்கம் உணர்ந்ததாகவும் அதனடிப்படையில் அரசாங்கம் பல நடவடிக்கைகளை எடுத்ததாகவும் எடுத்துரைப்பது கவனிக்கத்தக்கதாகும். இந்தச் சிந்தனை இக்காலத்துக்கும் பொருத்தமுடையது. தீண்டாமை ஒழிப்புத் திட்டத்தில் விளம்பரமும் பிரச்சாரமும் முக்கிய இடத்தைப் பிடித்ததாகவும், பிரச்சாரம் செய்ய மாநிலம் முழுவதும் துணை சேவக்குகளும் மாநிலம் முழுவதும் சுற்றுப்பயணம் செய்ய விசேஷ துணை சேவக்குகளும் நியமிக்கப்பட்டதாகவும் "தாழ்த்தப்பட்டோர் லீக்", "ஹரிஜன சேவா சங்கம்" போன்ற நிறுவனங்களும் தீண்டாமையை எதிர்த்துப் பிரச்சாரம் செய்ததாகக் கூறுகிறார். சுகாதாரமாகவும் சுத்தமாகவும் உள்ள கிராமங்களுக்குப் பரிசுகள் கொடுத்தல், ஒவ்வொரு மாதமும் 30-ஆம் தேதி கிராமங்களிலும் நகர்ப்பகுதிகளிலும் "ஹரிஜன தினம்" கொண்டாடுதல், எல்லா வகுப்பினரும் ஜாதிமத வேறுபாடின்றி ஒரே பள்ளிக் கூடங்களில் படித்தல், ஒழுங்காகப் பள்ளிக்குச் செல்லும் குழந்தைகளுக்குப் பரிசுகள் கொடுத்தல், அத்தகைய பள்ளிகளின் ஆசிரியர்களுக்கும் பரிசுகள் கொடுத்தல், பத்தாம் வகுப்பில் முதலாவதாக, இரண்டாவதாகத் தேர்ச்சி பெறும் "ஹரிஜன" மாணவர்களுக்கு பிரீமியம் பரிசுப் பத்திரங்கள் பரிசாக அளித்தல், "ஹரிஜன" நலப்பள்ளிகளில் படிக்கும் பெண்களுக்கு ஆண்டொன்றுக்கு 2-ரவிக்கைகளும் 2-பாவாடைகளும் இலவசமாகக் கொடுத்தல், குழந்தைகள் ஐந்தாவது வரை படித்துப் பூரண கல்வி அறிவு உள்ளவர்களாக இருக்க வேண்டும் என்பதற்காக மதிய உணவுத் திட்டம் செயல்படுத்தல், விடுதிகள் திறத்தல், தனிப்பட்ட நபர்கள் அல்லது சங்கங்கள் விடுதி நடத்துவதை அரசாங்கம் ஊக்குவித்தல், அங்கீகரிக்கப்பட்ட பள்ளிகளில் படிக்கின்ற மாணவர்களுக்கு அதற்கான படிப்பு உதவிப் பணம் கொடுத்தல் போன்றவை அம்மக்களை முன்னேற்ற செயல்படுத்தப்பட்ட திட்டங்கள் என்பதையும் விவரிக்கிறார்.

"தாழ்த்தப்பட்ட வகுப்பினர், மலைஜாதி மக்கள்", அட்டவணையிலிருந்து நீக்கப்பட்டவர்கள் ஆகியோரின் பொருளாதாரத்தை உயர்த்துவதற்காக விவசாய உதவித் திட்டங்கள் உருவாக்கப்பட்டதையும் குறைந்தது 2-ஏக்கர் நிலம்

வைத்திருந்தோருக்கு, பாசன வசதிக்குக் கிணறு தேவைப்படுவோருக்குக் கிணறு வெட்ட உதவித் தொகை அளிக்கப்பட்டதையும் விவரிக்கிறார். தாழ்த்தப்பட்ட வகுப்பினர், மலைஜாதி மக்கள், அட்டவணையிலிருந்து நீக்கப்பட்டவர்கள் (இவர்கள் தற்போது எந்தெந்தப் பட்டியல்களில் இணைக்கப்பட்டுள்ளனர் என்பதும் ஏன் அவர்களுக்கு ஹரிஜன நல இலாகாவிலிருந்து நிதி கொடுக்கப்பட்டது? எத்தனை ஆண்டுகள் கொடுக்கப்பட்டது என்பது போன்ற கேள்விகள் ஆய்வுக்குரியது) ஆகியோருக்கு ஹரிஜன நல இலாகாவிலிருந்து நிதி கொடுக்கப்பட்டதாவும், உழுவதற்கான ஒரு ஜோடி மாடுகளும் விவசாயக் கருவிகளும் அளிக்கப்பட்டதாகவும், செங்கல் செய்தல், பாய் பின்னுதல், தோல் தொழில், கைக்குத்தல் அரிசி போன்ற குடிசைத் தொழில் கூட்டுறவுச் சங்கங்கள் அமைக்கப்பட்டதாகவும், மண்பாண்டத் தொழில், கருமார் தொழில், தச்சுத் தொழில், பாய் பின்னுதல் போன்றவைகளின் உற்பத்தி பயிற்சி நிலையங்கள் நிறுவப்பட்டதாகவும், "ஹரிஜன"ங்களுக்கான தொழில் கூட்டுறவு நிறுவனங்களை அமைப்பதை ஊக்குவிக்கவும் அவர்களுடைய பொருளாதார அமைப்பை உறுதிப்படுத்தவும் 75 சதவீதம் உதவித்தொகை அளிக்க அரசாங்கம் அனுமதித்ததையும், ஈரோட்டில் தாழ்த்தப்பட்டவர்கள் நடத்தும் மோட்டார் போக்குவரத்துச் சங்கம் செயல்பட்டதையும் அரசாங்கம் அதற்கு நிதி உதவியும், சிப்பந்தி உதவியும், சவர, சலவைத் தொழிலாளர்களுக்கு வட்டியில்லா கடன் அளித்ததையும், "ஹரிஜன"ங்களின் பொருளாதாரத்தை உயர்த்துவதில் பால் பண்ணைத் தொழிலும் முக்கியப் பங்காற்றுவதால் பால் வழங்கும் சங்கங்கள் அமைக்க அவர்களுக்கு அரசாங்கம் நிதி உதவி அளித்ததையும் எடுத்துரைக்கிறார். இவை அந்த மக்களைப் பொருளாதார நிலையில் உயர்த்துவதற்கான அரசாங்கத்தின் செயல்பாடுகளாகும்.

வீடு கட்ட நிலமற்றோருக்கு நிலம் கொடுத்தல், ஒவ்வொரு குடும்பத்திற்கும் நன்செய் நிலப்பகுதிகளில் 3-சென்ட் நிலமும், புன்செய் பகுதியில் 5-சென்ட் நிலமும், அதில் வீடு கட்டிக்கொள்ள உதவியும், குடிநீர் வசதி, பாதை வசதி, சுடுகாடு வசதி, சிறு பாலங்கள், குளியலறைகள், கக்கூஸ்கள் போன்ற அடிப்படை வசதிகள் அந்தப் பகுதி மக்களின் உதவித் தொகையுடனும், குடிதண்ணீர் விஷயத்தில் அவர்களிடம் எந்த உதவித் தொகையும் எதிர்பார்க்கவில்லை என்றும், இதுபோன்ற வேலைகளைப் பஞ்சாயத்துக்கள் எடுத்துக்கொள்ள அவற்றுக்கு அரசாங்கம் நிதி ஒதுக்கீடு செய்துள்ளது என்றும் கூறுகிறார். தனிப்பட்டவர்களின் இடங்களில் வசிக்கும் "ஹரிஜனங்கள்" வெளியேற்றப்படுகிறபோது அவர்களின் வறுமையால் நீதிமன்றத்தில் வழக்காட இயலாததால் அவர்களுக்காக வழக்காட இலவச சட்ட உதவி அளிக்க

அரசாங்கம் ஒரு திட்டத்தை ஏற்படுத்தியதையும் எடுத்துரைக்கிறார். சமூகத்தில் தாழ்த்தப்பட்ட வகுப்பினர் மற்றவர்களைப் போல எல்லா நலன்களையும் பெறவேண்டும் என்பதுதான் அரசாங்கத்தின் விருப்பம் என்றும் அதற்காக அரசாங்கம் எடுக்கும் முயற்சிக்குப் பலன் கிடைக்கும் என்றும் உறுதியாக நம்பினார்.

போர் நிலைப்பாடு

சீன ஆக்கிரமிப்பு, பாகிஸ்தானின் காஷ்மீர் ஆக்கிரமிப்புகளை மீட்க இந்தியா முன்னெடுத்த போரை நியாயப்படுத்தினார். "நமது நாடு ஜனநாயக நாடு. இந்த அரசாங்கம் மக்களின் அரசாங்கம். அரசாங்கம் ஆக்கிரமிப்பைத் தடுக்கும் போரில் இறங்கியிருக்கும்போது மக்கள் ஒவ்வொருவரும் அதில் ஈடுபட்டிருக்கிறார்கள் என்பதே பொருள்" எனக் கூறும் கக்கன், "போர் முனைக்குச் செல்லும் வாய்ப்பு இல்லாமல் இருக்கும் குடிமக்கள் சாத்தியமான எல்லா வழிகளிலும் போர் முயற்சிகளுக்கு உதவியாகவும் ஆதரவாகவும் இருக்க வேண்டும். போரில் ஈடுபட்டுள்ள குடும்பத்தினர்கள் எந்தவிதமான கவலைக்கும் வசதிக் குறைவுக்கும் ஆளாகாதவாறு, அந்தந்தப் பேட்டைவாசிகள், கிராமவாசிகள் கவனித்துக் கொள்ள வேண்டும்" என வலியுறுத்தினார். மேலும், போரினால் அழிவுதான் ஏற்படுகிறது என்பதை உணர்ந்திருந்த கக்கன், "நாடு காக்கவும் மானம் காக்கவும் எந்த நஷ்டமும் பெரிதில்லை. அழிவைப் பற்றிக் கவலைப்பட வேண்டியதில்லை" என அறிவுறுத்தினார். அதே சமயத்தில், "நமது ஆக்கும் சக்தி பல்கிப் பெருக வேண்டும், எதையும் ஈடுகட்டக்கூடிய திறன் வளரவேண்டும். குடிமக்களுக்கு வீரம் காட்ட வாய்ப்புக் குறைவே தவிர, உற்பத்தியைப் பெருக்குவதன் மூலம் நாட்டுப் பணியாற்ற அமோகமான வாய்ப்பு இருக்கிறது. நமது ஆலைகளின் சக்கரங்கள் 24-மணி நேரமும் சுழல வேண்டும்; வேகமாகச் சுழல வேண்டும். வயல்கள் ஒவ்வோர் ஏக்கரிலும் அதிகமான மகசூல் எடுக்க வேண்டும். "அதிகமான உற்பத்தி; குறைவான உபயோகம்; சேதாரமே இல்லை" என்ற இலட்சியத்தை அமல்படுத்த வேண்டும் என அறைகூவல் விடுக்கிறார். காங்கிரஸ் இயக்கம் ஆரம்பம் முதல் விவசாயிகளுக்குத்தான் பாடுபடுவதாகவும் தஞ்சை ஜில்லா பண்ணையாள் சட்டம், உழைப்பவனுக்கு நிலம் சொந்தம் என ஜமீன் ஒழிப்புச் சட்டம் ஆகியன அவ்வியக்கம் செய்ததாக விவரிக்கிறார்.

கக்கனின் இந்நூல், குடியானவர்களையும் ஒடுக்கப்பட்ட ஆதிதிராவிடர்களையும் முன்னேற்றுவதற்கு அவர்களைப் பொருளாதாரத்தில் முன்னேற்றுவது அவசியம் என்பதை காங்கிரஸ் அரசும் கக்கனும் உணர்ந்திருப்பதைக் காட்டுகிறது. விவசாய உற்பத்தியில் நவீன இயந்திரங்களைப்

பயன்படுத்துவதற்குக் குடியானவர்களிடம் இருக்கின்ற தயக்கங்களை உணர்ந்த கக்கன் அவர்களை நவீனத்துவத்துக்கு மாற்ற வேண்டும் என்ற கருத்தை ஆழமாக முன்வைத்து அதை எவ்வாறு செய்ய வேண்டுமென்பதையும் விளக்குகிறார். இதுபோல், ஜாதியக் கட்டமைப்பின் பாரம்பரியக் கேடான "தீண்டாமையை" ஒழிக்கவும் ஜாதி ஹிந்துக்களின் எண்ணத்தை மாற்றுவது அவசியம் என்றும் அதனடிப்படையில் காங்கிரஸ் அரசாங்கம் சில நடவடிக்கைகளை மேற்கொண்டதாகவும் கூறுகிறார். இரண்டையும் ஒப்பிட்டு நோக்கினால் குடியானவர்கள், ஜாதி ஹிந்துக்கள் ஆகியோரை நவீன கருவிக்குப் பழக்கப்படுத்துவதுபோல் அவர்களின் எண்ணங்களையும் நவீனத்துவத்துக்கு மாற்றுவது அவசியம். இந்தக் கண்ணோட்டம் கக்கன் எழுதிய "முன்னேற்றப் பாதை" நூலின் தனித்துவமானது ஆகும். இது இக்காலத்துக்கும் தேவைப்படுகிறது. மேலும், ஆதிதிராவிட சமூகங்களையும் பொருளாதாரத்தில் தற்சார்புள்ளவர்களாக உருவாக்குவதும் அவசியம். இதுவே, அவர்களுக்கான விடுதலையைத் தரும் என்பதையும் கக்கன் அழுத்தமாகப் பதிவு செய்துள்ளார். கக்கனின் இந்தச் சிந்தனை இன்று அவசியமானது.

உணவுதானியப் பெருக்கத்தில் கக்கன்

கோ.ரகுபதி

சுதந்திர இந்திய ஒன்றியமும் மொழிவாரி மாநிலங்களும் உருவாக்கப்படுவதற்கு முன் விவசாய உற்பத்தி பாரம்பரிய முறையில் மேற்கொள்ளப்பட்டது. ஒவ்வொரு புவிப் பரப்புகளிலும் அந்தந்தப் பருவங்களில் விளைந்தவற்றை உண்டு ஜாதியக் கிராம அமைப்புமுறை ஓரளவு தன்னிறைவோடு வாழ்ந்த சமூக அமைப்பு பிரிட்டிஷ் - இந்தியாவின் அரசியல் ஏகாதிபத்தியத்தால் பாரம்பரிய உற்பத்தி முறை நவீன முறைக்கு மாறத் தொடங்கியது. ஹிந்து ஜாதியத்தின் தீண்டாமை, சுரண்டல், வன்முறை எனச் சில வடிவங்களில் ஏவப்படுகின்ற ஒடுக்குமுறையிலிருந்து விடுதலை பெற ஒடுக்கப்பட்டோரும், நிலவுடைமை ஹிந்து ஜாதியினர் நவீன அதிகாரத்தைக் கைப்பற்றுதல் போன்ற சில காரணிகளால் விவசாய உற்பத்தி பாதிக்கப்பட்டது. ஒரு நாட்டின் உணவு உற்பத்தியைவிட அந்நாட்டின் மக்கள்தொகை பெருவீதத்தில் வளர்ந்தால் மக்களைப் பல வழிகளிலும் துன்பத்திலும் ஆழ்த்தும் என்பது மால்தூஸ் கோட்பாடு அப்போது ஆதிக்கம் செலுத்தியது. எனவே, உற்பத்தியைப் பெருக்குவதில் கவனம் செலுத்தப்பட்டது. சுதந்திர இந்திய ஒன்றியத்தின் காங்கிரஸ் அரசாங்கம் உணவுதானிய உற்பத்தியில் தன்னிறைவு பெறும் நோக்கத்தில் ஐந்தாண்டுத் திட்டங்களை வடிவமைத்தது. சென்னை விவசாயத்துறை முதல் ஐந்தாண்டுத் திட்ட காலத்திலேயே இப்பயிர் விளைச்சல் போட்டிகளை ஆரம்பித்து, நெல், சோளம், கம்பு, கரும்பு, நிலக்கடலை முதலியவற்றின் சாகுபடியைப் பெரிதும் ஊக்குவித்தது. கக்கனுக்கு முன் விவசாய அமைச்சராக இருந்த எம்.பக்தவத்சலம், இந்திய ஒன்றியத்தின் வருமானத்தில் 50 சதவீதம் விவசாயம் கொடுப்பதாகக் குறிப்பிட்டார். இரண்டாம் உலகப் போருக்குப் பின் உணவுதானிய இறக்குமதியை நிறுத்திவிட்டு உணவுப் பெருக்கு இயக்கம் வலுப்பட்டதைக் கூறுகிறார்.[1] புதிய நிலத்தைச் சாகுபடிக்குக் கொண்டுவருதல், பாசன வசதிகள், எரு, இரசாயன எரு, பொறுக்கு வித்துகள், நில மீட்சி, மண்வளப் பாதுகாப்பு, திருந்திய விவசாய முறைகள் போன்றவை மூலம் உற்பத்தியைப் பெருக்கத் திட்டமிட்டதாக அவர் குறிப்பிடுகிறார். இப்பின்னணியில் அப்போதைய தமிழ்நாட்டின் விவசாய அமைச்சரான கக்கன் உணவுதானிய உற்பத்தியைப் பெருக்கப் பெரு முயற்சிகளை முன்னெடுத்தார். அவர் தமிழ்நாடு விவசாயிகள் மன்றத்தின் தலைவராகவும் பொறுப்பு வகித்தார். விவசாயிகள், விவசாய ஆராய்ச்சியாளர்கள், அதிகாரிகள் என அனைவருடனும் நெருக்கமான உறவைக்

கொண்டிருந்தார். வேளாண்மைக் கல்லூரி தொடக்க மற்றும் ஆண்டு விழாக்கள், மண்வளப் பாதுகாப்பு, காய்கறி அபிவிருத்தி, கால்நடை பராமரிப்புக் கூட்டம் மற்றும் கருத்தரங்கம், விவசாயிகளின் மகாநாடு, பொருட்காட்சி, விவசாய ஆராய்ச்சியாளர்களின் கருத்தரங்கம், நவீன இயந்திரங்களைச் சோதனை செய்தல், நாற்றாங்கால்களைப் பார்வையிடுதல், காய்கறி உற்பத்தி போட்டியில் வென்றோருக்குப் பரிசு வழங்குதல், மரம் நடுதல், அந்நிய நாடுகளுடன் விவசாயக் கூட்டறவு எனச் சிறு, பெரு நிகழ்வுகளில் பங்கேற்றார். 1962-ஆம் ஆண்டு முதல் 1966-ஆம் ஆண்டு வரை சுமார் 35-நிகழ்வுகளில் பங்கேற்றார். இது கிடைத்த தரவுகளிலிருந்து கணக்கிடப்பட்டது, முழுமையானது அல்ல. அரசியல் சாசனக் குழு, நாடாளுமன்றம், சட்டமன்றம் போன்றவற்றில் உறுப்பினராகவும் அமைச்சராகவும் பொறுப்பு வகித்து அவர் பங்கேற்ற நிகழ்வுகள் அனைத்தையும் மொத்தமாகத் தொகுத்தால் அவரைப் பற்றிய முழுச் சித்திரம் கிடைக்கும். தற்போது கிடைத்த தரவுகளிலிருந்து அவருடைய செயல்பாடுகளைக் கோடிட்டுக் காண்போம்.

நிறுவனங்கள் உருவாக்கம்

தமிழ்நாட்டில் 1876-ஆம் ஆண்டு சென்னைச் சைதாப்பேட்டையில் வேளாண்மைக் கல்வி பள்ளியொன்று நிறுவப்பட்டது. வேளாண்மைக் கல்லூரியின் அவசியத்தை உணர்ந்து அது 1878-ஆம் ஆண்டு கல்லூரியாக மாற்றப்பட்டது. பரவலான முறையில் பயிற்சி அளிக்கும் நோக்கத்தில் அக்கல்லூரி 1907-ஆம் ஆண்டில் கோயமுத்தூருக்கு இடமாற்றம் செய்யப்பட்டது. பின் அண்ணாமலைப் பல்கலைக் கழகத்திலும் வேளாண்மைக் கல்வியில் பயிற்சி அளிக்கப்பட்டது. வேளாண்மைப் பட்டதாரிகளின் எண்ணிக்கை போதுமானதாக இல்லாததால் மதுரையில் வேளாண்மைக் கல்லூரி நிறுவப்பட்டு 1965 - 66 கல்வி ஆண்டுமுதல் செயல்பட ஆரம்பித்தது. இதில் 80-மாணவர்கள் சேர்வதற்கு அனுமதிக்கப்பட்டனர். மதுரையில் அமைக்கப்பட்ட தமிழ்நாட்டின் இரண்டாவது வேளாண்மைக் கல்லூரி கக்கனின் முயற்சியால் முன்னெடுக்கப்பட்டது. இதன் தொடக்க விழா கக்கனின் தலைமையில் 1965 ஆகஸ்ட் 19 அன்று நடைபெற்றது.[2] கோயமுத்தூர்

....

1. எம்.பக்தவத்சலம், "சென்னை மாநிலத்தில் உணவு, இதர விவாசயப் பொருள்கள் உற்பத்தி, பொருள், 15 ஆகஸ்ட் 1959, பக். 4-5.

2. மேழிச்செல்வம், 1965 செப்டம்பர் - அக்டோபர்.

விவசாயக் கல்லூரியில் **1966-** ஜனவரி **04-**அன்று நடந்த **47-**ஆவது கல்லூரிதின விழாவில் மாநில முதல் அமைச்சரும் உள்துறை விவசாய அமைச்சர் கக்கனும் பங்கேற்றனர்.[3] மேலும், **1966** பிப்ரவரி **24** அன்று நடைபெற்ற மதுரை விவசாயக் கல்லூரியின் முதல் கல்லூரி விழாவிலும் பங்கேற்றார்.

அந்நியர்களுடன் கலந்துரையாடல்

விவசாய உற்பத்தியில் தன்னிறைவை அடைவதற்குத் தேவைப்பட்ட நவீன இயந்திரங்களுக்கும் அறிவுத் திறமைக்கும் பிற நாடுகளைச் சார்ந்திருக்க வேண்டிய சூழ்நிலை இருந்தது. இதனால் அந்நாட்டைச் சேர்ந்தவர்களுடன் கலந்துரையாடுவதும் அங்குச் சுற்றுப் பயணம் செல்வதும் அவசியமாக இருந்தது. தமிழ்நாட்டில் **1963-**ஆம் ஆண்டு சுற்றுப் பிரயாணம் செய்த அமெரிக்க விவசாயிகளுடன் நிகழ்த்தப்பட்ட கலந்துரையாடலில் கக்கன் பங்கேற்றார்.[4] அமெரிக்காவில் நடைபெற்ற உலக உணவு மாநாட்டில் பங்கேற்றுத் திரும்பிய அமைச்சர் பக்தவத்சலத்திற்குச் சென்னை விவசாயிகள் மன்றத்தின் சார்பில் **1963** ஆகஸ்ட் **27** அன்று பாராட்டு விழா உட்லண்ட்ஸ் ஹோட்டலில் நடத்தப்பட்டது. இம்மன்றத்தின் தலைவரான கக்கன் இவ்விழாவில் வரவேற்றுப் பேசினார்.[5] அரசு முறைப் பயணமாக **1963-**ஆம் ஆண்டு செப்டம்பர்**-07** அன்று சீனாவுக்குச் சென்ற கக்கன் அங்குள்ள நீர்பாசன முறைகளை அறிந்து அதைத் தமிழ்நாட்டில் செயல்படுத்த முயற்சித்தார்.[6] நீலகிரியில் **1967-**ஆம் ஆண்டில் நடைபெற்ற இந்தியா-ஜெர்மனி அபிவிருத்தித் திட்டத் தொடக்க விழாவுக்குத் தலைமை தாங்கிய கக்கன் அதில் உரையாற்றினார்.[7] விவசாயத்தில் விசை உழவுக் கருவி (Power tiller) உழவு, ஊடுழவு, விதைத்தல், புல்வெட்டுதல் போன்ற வேலைகளுக்குப் பயன்படுத்த அறிமுகம் செய்யப்பட்டது. இக்கருவியால் நாளொன்றுக்கு **2.225** ஏக்கர் நிலத்தில் உழலாம், **5-6** ஏக்கரைச் சமமாக்கலாம், **3-4** ஏக்கரில் புல் வெட்டலாம் எனக் கூறப்பட்டது. இக்கருவி இங்குள்ள பூமிக்கு எந்த அளவுக்குப் பயன்படும் என்பதை அறிய இந்திய ஒன்றிய அரசாங்கம் முயற்சி எடுத்தது. இதனைத் தமிழ்நாட்டு அரசாங்கம் ஜப்பானிலிருந்து இறக்குமதி

3. மேழிச்செல்வம், 1966 ஜனவரி - பிப்ரவரி.
4. மேழிச்செல்வம், 1963 மார்ச் - ஏப்ரல்.
5. மேழிச்செல்வம், அக்டோபர் ப.17.
6. எம்.இராஜேஷ்குமார், நீலம், ஜனவரி 2023, கக்கன்: பெயரில் மறைந்திருக்கும் வரலாறு.
7. மேழிச்செல்வம், 1967 மார்ச் - ஏப்ரல்.

செய்து, தமிழ்நாட்டுப் பண்ணைகளில் பரிசோதித்ததைக் கக்கன் பார்வையிட்டார்.[8] சென்னை வண்ணாரப்பேட்டை விவசாயப் பொறியியல் பட்டறையில் 1963 நவம்பர் 17ஆம் தேதி ஆயுதபூஜை அன்று அப்பட்டறையில் தயாரிக்கப்படும் இயந்திரங்களைப் பார்வையிட்டு, பட்டறைத் தொழிலாளர்களிடமும் உரையாற்றினார்.[9]

மாநாடுகள், கருத்தரங்குகள்

புகையிலை ஆராய்ச்சியாளர் மகாநாடு, மண்வளப் பாதுகாப்பு, விவசாயக் கருத்தரங்கம், கால்நடை பராமரிப்பு கருத்தரங்கம், வர்த்தகத் துறை கருத்தரங்கம் போன்றவற்றில் கக்கன் பங்கேற்று உரையாற்றினார். கக்கன் தலைமையில் நடைபெற்ற மூன்றாவது இந்தியப் புகையிலை ஆராய்ச்சியாளர் மகாநாட்டை ஒன்றிய உணவு விவசாய அமைச்சர் எஸ்.கே.படீல் தொடங்கி வைத்தார். "இம் மாநில பயிர் விளைச்சல் போட்டிகளில் பங்கு கொண்டவர்களுள் பலர் அகில இந்தியாவிலேயே நெல், சோளம், நிலக்கடலை, கரும்பு முதலிய பயிர்களில் உயர்ந்த விளைச்சலை அடைந்துள்ளனர்" எனப் பேசினார்.[10] சென்னை பாலர் அரங்கில் நான்கு நாட்கள் நடைபெற்ற மண்வளப் பாதுகாப்பு கருத்தரங்கை 1963 அக்டோபர் 09 அன்று தொடங்கி வைத்தார். இதில் "தமிழ் நாட்டில் விவசாயச் செய்தி நிலையம் அதன் ஆரம்ப காலத்திலிருந்தே முதன் மந்திரி பக்தவத்சலத்தின் ஆசி பெற்று நன்கு பணியாற்றி வருகிறது என்றும், நிலவளப் பாதுகாப்பு பற்றிய கருத்தரங்கு இதுதான் முதலாவதாகும் என்று கூறினார்." மேலும், "அடை மழை பெய்யும்பொழுது நிலத்தின் மேல் பரப்பிலுள்ள மண்வளம் வெள்ளத்தில் அடித்துச் செல்லப்படுகிறது. மண்வளப் பாதுகாப்புத் திட்டம் நிலச்சத்து இப்படி அடித்துச் செல்லப்படாமல் தடுப்பதோடு பூமிக்கடியில் நீர்நிலை அபிவிருத்தியடையவும் உதவுகிறது. இத்திட்டத்தின் கீழ் ஏராளமான நிலப்பரப்பு வரவிருப்பதால் பெருவாரியான விவசாயிகள் இத்திட்டத்தைப் பற்றி நன்கு உணரச் செய்தால்தான் அவர்களது பூரண ஒத்துழைப்பு கிடைத்து திட்டம் முழுப் பலனை அளிக்கும். அப்போதுதான் திட்டத்தின் பலனை அவர்களும் அடையமுடியும். இதுவரையில் பல்வேறு விவசாயத் திட்டங்கள் சம்பந்தமாக விவசாயச் செய்தி நிலையம் பல துண்டு பிரசுரங்களையும், காட்சி சாதனங்களையும் தயார் செய்து

8. மேழிச்செல்வம், 1965 மார்ச் - ஏப்ரல்.

9. மேழிச்செல்வம், 1963 நவம்பர் - டிசம்பர்.

10. மேழிச்செல்வம், 1962 அக்டோபர் - நவம்பர்.

வெளியிட்டிருக்கிறார்கள். 433 வெளியீடுகளை 4 மில்லியன் பிரதிகளுக்கு மேல் அச்சிட்டு விநியோகிக்கப்பட்டிருக்கின்றன. இருந்தபோதிலும் ஓரிரு சந்தர்ப்பங்களைத் தவிர விவசாயிகளுக்கு நேரிடையாக வழங்கப்படவில்லை. ஆனால், இக்கருத்தரங்கில் போதிய தகவல்கள் திரட்டப்பட்டு மண்வளப் பாதுகாப்பு விஸ்தரிக்கப்படும் பகுதிகளில் இருக்கும் விசாயிகளுக்கெல்லாம் நேரிடையாக வழங்கத் தீர்மானித்திருக்கிறோம்" என்று கக்கன் பேசினார்.[11] விவசாயக் கருத்தரங்கம் முதலில் 1965 ஆகஸ்ட் 27 - 29 ஆகிய நாட்களில் தஞ்சாவூரில் நடைபெற்றது. இதில் கக்கன் பங்கேற்றார். இரண்டாவது முறையாக 'கோவை மாவட்ட விவசாயக் கருத்தரங்கம்' 1966 பிப்ரவரி 19-20 ஆகிய இரு நாட்கள் நடைபெற்றது. இதில் கக்கன் தலைமை தாங்கி உரையாற்றினார். மத்திய உணவு, விவசாயத் துறை அமைச்சர் சி.சுப்பிரமணியம் திறந்து வைத்துப் பேசினார்.[12] தென் மாநிலங்களின் தீவிர விவசாயத் திட்டப் பகுதிகளின் முன்னணி அலுவலர்கள் மாநாடு 1966 அக்டோபர் 10, 11, & 12 ஆகிய தேதிகளில் சென்னையில் நடைபெற்றது. இதில் தமிழகம், கேரளம், ஆந்திரம், மைசூர், பாண்டிச்சேரி ஆகிய மாநிலப் பிரதிநிதிகள் பங்கேற்றனர். கக்கன் இம்மாநாட்டைத் தொடங்கி வைத்துப் பேசினார்.[13]

காய்கறி அபிவிருத்தி

விவசாய நிலங்களில் மட்டும் அல்லாமல் வீடுகளிலும் பள்ளி, கல்லூரி, பிற பொதுவெளிகளிலும் 100 முதல் 250 சதுர அடிவரை வீட்டுத் தோட்டங்கள், 250 சதுர அடிக்கு மேற்பட்ட வீட்டுத் தோட்டங்களில் காய்கறி உற்பத்தி செய்ய தமிழ்நாடு அரசு "நகர்ப்புற காய்கறி அபிவிருத்தித் திட்டம்" 1960-களில் உருவாக்கியது. மேலும் "அந்தரத் தோட்டம்" என அழைக்கப்பட்ட மாடித் தோட்டம் அறிமுகம் செய்யப்பட்டது.[14] இந்த முறைகளில் விளைவித்தோருக்குப் பரிசுகள் வழங்கி ஊக்குவிக்கப்பட்டன. இத்திட்டம் மாதர்களின் பூரண ஒத்துழைப்பைப் பெற்றிருந்தது. கிறிஸ்துவப் பெண்கள் சங்கத்தினர் நகர்ப்புற காய்கறி உற்பத்தியில் முக்கியப் பங்காற்றினர். சென்னை மாநகர காய்கறி அபிவிருத்திக் குழு 1962 டிசம்பர் 28 அன்று கூடியது.[15] காய்கறி உற்பத்தி தொடர்பான சென்னை நகர மாதர் சங்கங்களின்

11. மேழிச்செல்வம், 1963 அக்டோபர் - நவம்பர், ப.17.

12. மேழிச்செல்வம், 1966 மார்ச் ஏப்ரல், பக். 14 & 15 & 19.

13. மேழிச்செல்வம், 1966 நவம்பர் - டிசம்பர், ப. 16-17.

14. மேழிச்செல்வம், 1966 நவம்பர் - டிசம்பர்.

15. மேழிச்செல்வம், 1963 ஜனவரி - பிப்ரவரி.

கூட்டம் ஏர்லைன்ஸ் ஹோட்டலில் 1963 ஜனவரி 05 அன்று நிகழ்ந்தது.[16] இதில் தீவிர சாகுபடியை மேற்கொள்வது பற்றிப் பேசப்பட்டது. சேவா சங்க அலுவலகக் கட்டடத்தில் "அமெனிட்டீஸ் க்ளப்" கூட்டத்தில், வீடுகளிலும் பள்ளிக் கல்லூரிகளிலும் இதர பொது ஸ்தாபனங்களிலும் காய்கறி பயிர்செய்ய பிரச்சாரம் செய்த 60க்கும் மேற்பட்ட மாதர் சங்கப் பிரதிநிதிகளிடம் "இந்தியத் திட்டக் குழுவின் ஆலோசகர்" சுரேந்திரநாத்தும் விவசாயத் துறை அமைச்சர் கக்கனும் உரையாற்றினர்.[17] பாரத் சேவக் சமாஜ் ஆதரவில் 1964 ஜனவரி 17 அன்று சென்னை இராஜாஜி அரங்கில் "காய்கறி தினம்" கொண்டாடினர். இதில் தலைமை வகித்த பி.கக்கன், "நகர மக்கள் அனைவரும் தங்கள் இல்லங்களில் வசதியுள்ள இடங்களில் காய்கறிகளைப் பயிரிட வேண்டும். இதனால் காய்கறிகளின் விலை உயர்வைக் கட்டுப்படுத்த முடியும். சென்னை மாநகர காய்கறி உற்பத்திக்குழு காய்கறி பெருக்க முயற்சியில் நல்ல பணி புரிந்திருக்கிறது. கடந்த 10 மாதங்களில் அதற்குமுன் ஐந்து வருடங்களில் விற்காத அளவிற்குக் காய்கறி விதைகளும் நாற்றுகளும் வழங்கப்பட்டுள்ளன. இது ஒரு போற்றத்தக்க சாதனை" எனப் பேசினார். காய்கறித் தோட்டப் போட்டியில் பரிசு பெற்றோருக்கு பி.கக்கன் பரிசு வழங்கினார். இதில் திருமதி பி.கக்கனும் மூன்றாம் பரிசு பெற்றார்.[18] காய்கறிப் பயிர்களில் "பயிர் பாதுகாப்பு இயக்கத்தை" தொடங்கி வைத்த கக்கன், "விவசாயத்துறை விதை, பூச்சி மருந்துகள் உரம் போன்றவைகளைச் சலுகை விலையில் விற்பனை செய்கிறது என்றும் இதை நகர மக்கள் முழுவதும் பயன்படுத்தி, வசதியுள்ள இடங்களிலெல்லாம் காய்கறித் தோட்டங்கள் ஏற்படுத்த வேண்டும் என்றும் இளம் கிறிஸ்துவ மாதர் சங்கம், இதுபோன்ற இதர ஸ்தாபனங்கள் இவ்வுற்பத்தி வேலையில் ஈடுபட்டிருப்பது குறித்து, தம் மகிழ்ச்சியைத் தெரிவித்து இதற்கான தனது முழு ஒத்துழைப்பையும் தருவதாகக் கூறினார்."[19] சென்னையில் தோட்டக்கலை மன்றத்தில் காய்கறி உற்பத்தியில் பரிசு பெற்றோருக்குப் பரிசளிப்பு விழா 1966 செப்டம்பர் 01 அன்று கக்கன் தலைமையில் நடந்தது. விழாவில் வைக்கப்பட்ட காய்கறிகளைப் கக்கன் பார்வையிட்டுப் பரிசுகள் வழங்கினார்.[20]

---

16. மேழிச்செல்வம், 1963 ஜனவரி - பிப்ரவரி.

17 மேழிச்செல்வம், 1964 ஜனவரி பிப்ரவரி.

18 மேழிச்செல்வம், 1963 - 64 டிசம்பர் ஜனவரி, பக். 17.

19 மேழிச்செல்வம், 1966 செப்டம்பர் - அக்டோபர்.

20 மேழிச்செல்வம், 1964 ஜனவரி பிப்ரவரி.

நட்ட மரங்கள்

உற்பத்தியைப் பெருக்கும் நோக்கில் செயல்பட்ட கக்கன் காய்கறிச் செடிகள், மரக்கன்றுகள் நட்டார். பயனற்ற காடுகள் அழிக்கப்பட்டுப் பழத்தோட்டங்கள் அமைக்கப்பட்டன. செருவாவிடுதி பஞ்சாயத்தில் ஒரு பழத்தோட்டத்தில் 1963 நவம்பர் 13 அன்று மாங்கன்று நட்டு பஞ்சாயத்துப் பழத்தோட்டத்தைத் தொடங்கி வைத்தார். கிண்டி ராஜ்பவனில் 1966 ஆகஸ்ட் 01 அன்று கக்கன் மரக்கன்று நட்டார். அது இன்றும் இருக்கலாம்.

1957-ஆம் ஆண்டு தேர்தல் குறித்துச் 'சுதந்திரம்' என்ற பத்திரிகை 1957 ஜனவரி 20 அன்று தலையங்கம் எழுதியது. காங்கிரஸ் வேட்பாளர்கள் குறித்து அதில் பேசப்பட்டது. "செவ்வாய்க் கிழமை காலை வரை தெரிந்துள்ள பெயர்கள் ஜாப்தாவில் இராமநாதபுரம் ராஜா, பரமேசுவரன், எம்.ஏ.முத்தையா செட்டியார் ஆகியவர்கள் இல்லை. பரமேசுவரனுக்கு எதிராகப் புகார்கள் போயுள்ளனவாம்" எனக் குறிப்பிடும் அத்தலையங்கம், "பரமேசுவரன் மீண்டும் வரவில்லை என்றால், இந்தத் தடவை லோக் சபைக்கு நிற்காமல் அசெம்பிளிக்கு நிற்கும் கக்கனுக்கு மந்திரிப் பதவி கிடைக்குமல்லவா? கக்கன், காமராஜின் நம்பிக்கைக்குப் பாத்திரமானவர் என்பது தெரிந்த விஷயமே" என்று குறிப்பிட்டுள்ளது.[21] இது, கக்கனைக் குறைத்து மதிப்பிடுவதாகவே இருக்கிறது. சில துறைகளின் அமைச்சராகப் பணியாற்றிய கக்கன் விவசாயத்துறை அமைச்சராக இருந்து சிறப்பான பங்களிப்பைச் செய்துள்ளார்.

மதுரை வேளாண்மைக் கல்லூரி தமிழ்நாட்டில் உருவாக்கப்பட்ட இரண்டாவது வேளாண்மைக் கல்லூரி ஆகும். ஆனால், சுதந்திர இந்திய ஒன்றியத்தின் தழிழ்நாட்டின் இது முதல் கல்லூரி. இதை நிறுவியதில் கக்கனுடைய பங்களிப்பை மறுக்க இயலாது. எளிய விவசாயிகள் முதற்கொண்டு அந்நிய நாட்டு விவசாயிகளுடன் கலந்துரையாடல், நகர்ப்புற காய்கறிச் செடி வளர்ப்புத் திட்டத்தைத் தன் வீட்டில் செயல்படுத்தியது, நவீன கருவிகளைச் சோதித்துப் பார்த்தல் என விவசாயத்தின் வளர்ச்சிக்கு ஏராளமான பணிகளைச் செய்துள்ளார். ஆகவே, கக்கன் அமைச்சர் பதவிகள் வகித்ததானது, அவர் "நம்பிக்கைக்குப் பாத்திரமானவர்" என்பதால் மட்டும் அல்ல. இவை அவருடைய சுய அறிவாலும், திறமையாலும், நாட்டுப்பற்றாலும் விளைந்தது ஆகும்

....

21 "காங்கிரஸ் அபேட்சகர்கள்", சுந்ததிரம், 20 ஜனவரி 1957.

கக்கன் பங்கேற்ற நிகழ்வுகள்

வரிசை எண்	நிகழ்வு	கக்கனின் பங்கேற்பு	இடம்	நாள்
1	நாகலாந்து விவசாய மந்திரி சித்தன் ஜமீர் வருகை	வரவேற்று புத்தகம் பரிசு வழங்குதல்		
2	இந்திய புகையிலை ஆராய்ச்சியாளர் மகாநாடு	தலைமை வகித்தல்& தலைமையுரை	சென்னை ராஜாஜி ஹால்	13.9.1962
3	சென்னை மண்டல கட்டுப்பாடு இரசாயன கூடத் திறப்பு விழா, வர்த்தகத் துறை கருத்தரங்கம்	மத்திய விவசாயத் துறை அமைச்சர் டாக்டர் ராம்சுபா சிங்கை வரவேற்றல்	சென்னை	1962
4	தமிழ்நாடு விவசாய ஆலோசனைக் கூட்டம்	உரையாற்றுதல்		29.12.1962
5	தென்னை நாற்றாங்கால் அபிவிருத்தி	பார்வையிடுதல்	இராமநாதபுரம் மாவட்டம் சிங்கம்புணரி	1962 டிசம்பர் 12

6	தமிழ்நாடு அரசின் “நகர காய்கறி அபிவிருத்தித் திட்ட” கூட்டம்	உரையாற்றுதல்		1963
7	உணவுப் பெருக்க வாரவிழா	பங்கேற்பு	சென்னை ராஜாஜி மண்டபம்	1963 மார்ச் 21
8	அமெரிக்க விவசாயிகள் தமிழ்நாட்டில் சுற்றுப் பயணம்	கலந்துரையாடல்		
9	அமெரிக்கா உலக உணவு மாநாட்டில் பங்கேற்றுத்திரும்பிய அமைச்சர் பக்தவத்சலத்திற்கு விவசாயிகள் மன்ற பாராட்டுவிழா	பங்கேற்பு. தமிழ்நாடு விவசாயிகள் மன்றத்தின் தலைவராகக் கக்கன் பொறுப்பு வகித்தார்	சென்னை உட்லண்ட்ஸ் ஹோட்டல்	27ஆகஸ்ட் 1963 அன்று

10	மண் வளப்பாதுகாப்புக் கூட்டம்	தொடங்கி வைத்தல்	சென்னை பாலர் அரங்கம்	*1963 அக்டோபர் 9 -12*
11				
12	காய்கறிப் பயிர்களில் பயிர் பாதுகாப்பு இயக்கம்	தொடக்கி வைத்து உரையாற்றுதல்		*12-12-1963*
13	காந்தி கிராம பொருட்காட்சியில் வாழைப் பழ உற்பத்தி அதிகப்படுத்தல்	பார்வையிடுதல். பிரதமர்நேரு, முதலமைச்சர் பக்தவத்சலம் பங்கேற்பு		*28 நவம்பர் 1963*
14	பாரத் சேவக் சமாஜ் சார்பில்“காய்கறி தினம்” கொண்டாடட்டம்	தலைமை வகித்தல்	சென்னை இராஜாஜி அரங்கம்	*1964 ஜனவரி 17*

15	பழத்தோட்ட அபிவிருத்தி	மாங்கன்று நட்டு தொடங்கி வைத்தல்	செருவா விடுதி பஞ்சாயத்து	1963 நவம்பர் 13
16	விவசாயக் கண்காட்சி	கண்காட்சியைத் திறந்து வைத்தல்	தஞ்சாவூர்	1964 ஜனவரி
17	உலகச் சைவ உணவு உண்ணுவோர் காங்கிரஸ்	பங்கேற்பு	சென்னை	1964 மார்ச் 8, 9
18	பள்ளி கட்டடம் நூலகம் திறப்பு விழா	திறப்பாளர், உரையாற்றுதல்	ஆவடி	1964
19	மாநில உர விழா	தலைமை	கும்பகோணம்	1964 நவம்பர் 02
20	நெல் விளைச்சல் போட்டி பரிசளிப்பு விழா	தலைமை	சென்னை ராஜாஜி மண்டபம்	1964 நவம்பர் 25

21	ஜப்பானிலிருந்து இறக்குமதி செய்யப்பட்ட விசை உழவுக் கருவி அறிமுகம்	பார்வையிடுதல்		
22	சென்னைமாநிலப் பயனீட்டாளர் சங்க 4ஆவது ஆண்டு விழா	பங்கேற்பு	சென்னை லேடி வெல்லிங்டன் கல்லூரி	1965 மார்ச் 31
23	செங்கல்பட்டு மாவட்ட "தீவிர விவசாயப் பகுதி திட்டம்" தொடக்க விழா	பங்கேற்பு	காஞ்சிபுரத்தில்	1965 ஜூலை 01
24	மதுரை வேளாண்மைக் கல்லூரித் தொடக்க விழா	தலைமை	மதுரை	1965 ஆகஸ்ட் 19

25	காய்கறித் தோட்டப் பரிசளிப்பு விழா	பரிசுகள் வழங்குதல். திருமதி கக்கனும் பங்கேற்றார்	சென்னை அடையாறு	*1965 செப்டம்பர் 29*
26	விவசாயக் கருத்தரங்கம்	பங்கேற்பு	தஞ்சாவூர்	*1965 ஆகஸ்ட் 27 - 29*
27	காய்கறிச் செடி நடுதல், பாதுகாப்பு நிதி வழங்குதல்	பங்கேற்பு திருமதி கக்கன் பங்கேற்றுக் காய்கறிச் செடி நட்டார்	சென்னை ஓய் எம் சி ஏ	*1965 அக்டோபர் 09*
28	"காய்கறித் தோட்டப் போட்டி" பரிசளிப்பு விழா	பங்கேற்பு	சென்னை அடையாறு அவ்வை இல்லம்	*1965 செப்டம்பர் 28*
29	கால்நடை பராமரிப்பு கருத்தரங்கம்	தொடங்கி வைத்தல்	பூவிருந்தவல்லி	*1965 செப்டம்பர் 27 – 29*

30	கோயம்புத்தூர் விவசாயக் கல்லூரியின் 47ஆவது கல்லூரி தின விழா	பங்கேற்பு	கோயம்புத்தூர்	1966 ஜனவரி 01
31	'கோவை மாவட்ட விவசாயக் கருத்தரங்கம்'	தலைமை வகித்து தலைமையுரை	கோயம்புத்தூர்	1966 பிப்ரவரி 19-20
32	மதுரை விவசாயக் கல்லூரியின் முதல் கல்லூரி விழா	பங்கேற்றுப் பரிசு வழங்குதல்	மதுரை	24.02.1966
33	கிண்டி ராஜ்பவனில் மரம் நடுதல்	மரம் நடுதல்	கிண்டி	01.8.1966
34	காய்கறி உற்பத்தியில் பரிசுப் பெற்றோருக்குப் பரிசளிப்பு விழா	தலைமை	சென்னை	01.9.1966

35	தென் மாநிலங்களின் தீவிர விவசாயத் திட்டப் பகுதிகளின் முன்னணி அலுவலர்கள் மாநாடு	மாநாட்டைத் தொடங்கி வைத்தல்	சென்னை	***1966*** அக்டோபர் *10, 11,* **&** *12*
36	இந்தியா-ஜெர்மனி அபிவிருத்தித் திட்ட தொடக்க விழா	தலைமை – தலைமையுரை	நீலகிரி	

பின்னிணைப்புகள்
கக்கனின் எழுத்துகளும் பேச்சுகளும்

1963 – புத்தாண்டு வாழ்த்து

"சீன ஆக்கிரமிப்பு எந்த நிமிடமும் வரக்கூடும் என்ற பயம் இருக்கும் இந்நாட்களில் உணவை உடனடியாகப் பெருமளவில் பெருக்க வேண்டிய அவசர நிலைமை தோன்றியுள்ளது. மக்களுக்கும் ஜவான்களுக்கும் சத்துள்ள உணவளிக்க வேண்டும்.

இம்மாபெரும் முயற்சி வெற்றிபெற விஞ்ஞான ரீதியில் விவசாயம் செய்வதுடன், கால்நடை, கோழிவளர்ப்பு, கலப்புப் பண்ணை இவற்றிலும் அதிக கவனம் செலுத்த வேண்டும். விவசாயிகளுக்கு அவ்வப்போது புதிய புதிய விஞ்ஞான நுட்பங்களைக் எடுத்துக்கூற நமது தமிழக அரசாங்கம் "மேழிச்செல்வம்" மாத இதழை வெளியிடுகிறது. நவீன விஞ்ஞானக் கருத்துகளை எளிய நடையில் எடுத்துக்கூறி இப்பத்திரிகை சாதாரண விவசாய மக்களுக்கு நல்லதொரு சேவை செய்துவருகின்றது. இருபது ஆண்டுகள் வெற்றிகரமாகப் பணி செய்து 21ஆம் ஆண்டில் புகுகின்றது. 'மேழிச்செல்வம்' இவ்வாண்டிலும் சீரிய முறையில் சிறப்புறப் பணிசெய்ய நான் வாழ்த்துகிறேன். இதற்குச் சந்தாதாரர்களாக இருந்து ஆர்வமும், ஊக்கமும் தரும் விவசாயப் பெருமக்களுக்கு என் புத்தாண்டு நல்வாழ்த்துகளைத் தெரிவித்துக் கொள்கிறேன்.

பி.கக்கன்,

வேளாண்மைத்துறை அமைச்சர்,

மேழிச்செல்வம், 1963 மார்ச் ஏப்ரல்.

1964 – புத்தாண்டு வாழ்த்து

"தமிழ்நாடு உணவு உற்பத்தியில் தன்னிறைவு பெற்றிருக்கிறது என்றபோதிலும் தொடர்ந்து நிலவிவரும் தேசிய நெருக்கடியில் உணவு உற்பத்தியைப் பன்மடங்கு பெருக்கி எல்லை காக்கும் வீரர்களுக்கும், பெருகிவரும் மக்களுக்கும், நமது எதிர்பாராத தேவைகளுக்காகச் சேமித்து வைத்தலும் நாட்டுக்கு நாம் செய்ய வேண்டிய கடமையாகும்.

இக்கடமையைச் சரிவர நிறைவேற்ற விவசாயிகளுக்கும், விஸ்தரிப்பு அலுவலர்களுக்கும் சிறந்தமுறைச் சாகுபடி செயல்முறை நுணுக்கங்களையும் அதை நிறைவேற்றி வைக்க அரசினர் அளிக்கும் கடன் வசதிகளையும், சலுகைகளையும் எடுத்துக் கூறும் பணியில் 'மேழிச்செல்வம்' கடந்த 21 ஆண்டுகளாகச் சிறந்த பணியாற்றி வருகிறது.

மேலும், விவசாய உற்பத்தியில் அரசினர் மேற்கொண்டுள்ள நெல், எண்ணெய் வித்துக்கள், பருத்தி, தென்னை போன்ற தீவிர சாகுபடித் திட்டங்களும், வளர்ச்சித் திட்டங்களும் இன்னும் பற்பல அபிவிருத்தித் திட்டங்களும், அதன் சாதனைகளும் இன்னும் எண்ணற்ற மக்களுக்கு எட்ட வேண்டும். 'மேழிச்செல்வம்' இப்பணிகளைச் சிறந்த முறையில் செய்துவர என் நல்வாழ்த்துகள்.

இப்பத்திரிகைக்குத் தொடர்ந்து ஆதரவு தரும் விவசாயப் பெருமக்களுக்கு என் புத்தாண்டு வாழ்த்துகள்.

பி.கக்கன்,

உள்துறை, விவசாய அமைச்சர்.

மேழிச்செல்வம், 1964 மார்ச் ஏப்ரல்.

1965 – புத்தாண்டு வாழ்த்து

"தற்பொழுது விவசாயப் பெருங்குடி மக்களில் பலர், இரசாயன உரங்கள், பூச்சி பூஞ்சன மருந்துகள் உபயோகிப்பது போன்ற நூதன சாகுபடி முறைகளின் முக்கியத்துவத்தைத் தெரிந்துகொண்டு அவைகளைக் கடைபிடிக்க ஆரம்பித்துள்ளனர். இவர்கள் தங்களைப் போன்ற இதர விவசாயிகளுக்கும் அவற்றின் பலனை எடுத்துக்கூறி உதவினால் அதுவே அவர்கள் நாட்டுக்குச் செய்யும் சிறந்த தொண்டாகும். இப்பணியில் ஈடுபட்டிருக்கும் 'மேழிச் செல்வத்தை' ஒவ்வொருவரும் நல்ல முறையில் பயன்படுத்தி விவசாய இலாகாவுடன் ஒத்துழைத்து நாட்டின் உணவுப் பிரச்சினையைத் தீர்க்க இப்புத்தாண்டில் புத்துணர்ச்சியுடன் செயல்படுவோம்.

பி.கக்கன்,

உள்துறை, விவசாய அமைச்சர்.

மேழிச்செல்வம், 1965, ஏப்ரல் - மே.

1966 – புத்தாண்டு வாழ்த்து

"உணவு உற்பத்திப் பெருக்கத்தில் முழுமுயற்சியுடன் ஈடுபட்டுள்ள விவசாயப் பெருமக்கள் நல்ல விளைச்சல் பெற திருந்திய சாகுபடி முறைகள் அனைத்தையும் மேற்கொள்ள வேண்டுகிறேன். அப்போதுதான் தம் முயற்சியின் முழுவெற்றியையும் அவர்கள் அடைய முடியும். விஞ்ஞான விவசாயம் பற்றி விளக்கங்கள் தந்தும், திருந்திய சாகுபடி முறைகள் பற்றி எளிய முறையில் எடுத்துச் சொல்லியும் சென்ற 22 ஆண்டுகளாக 'மேழிச்செல்வம்' செய்துவந்துள்ள பணி மகத்தானது. நம் நாட்டு விவசாய மக்கள் அனைவரும் இதைப் படித்து நடைமுறையில் கடைபிடித்து பலன்பெற வேண்டும். உணவு உற்பத்தியைப் பெருக்க அமல் செய்யப்பட்டுள்ள திட்டங்களின் முக்கியத்துவத்தை உணர்ந்து, திட்டங்கள் முழுவெற்றி பெற விவசாயிகள் முழு ஒத்துழைப்பும் அளிக்க வேண்டும்.

"பராபவ" ஆண்டில் உணவு உற்பத்தியில் தன் நிறைவுபெறும் முயற்சியில் பல படிகள் முன்னேறுவோம் என்ற முழு நம்பிக்கையுடன், என் மனமார்ந்த புத்தாண்டு வாழ்த்துகளை உங்களுக்குத் தெரிவித்துக் கொள்கிறேன்.

பி.கக்கன்,

உள்துறை, விவசாய அமைச்சர்.

மேழிச்செல்வம், 1966, ஏப்ரல் - மே.

கக்கன் அவர்கள் ஆற்றிய உரை

ஆவடி சத்தியமூர்த்தி நகரில் 1964 ஏப்ரல் 30 அன்று ஒரு பள்ளியின் புதிய கட்டடத் திறப்பு விழாவில் பங்கேற்று, கட்டடத்தைத் திறந்துவைத்த கக்கன் பேசியதாவது:

உள்துறை அமைச்சர் திரு. கக்கன் ஆற்றிய உரை,

தலைமை தாங்கும் மதிப்புக்குரிய மாநில முதலமைச்சர் அவர்களே, அன்பார்ந்த பெரியோர்களே, தாய்மார்களே, சகோதரர்களே, நமது காலஞ் சென்ற தமிழகத்தின் தனிப் பெரும் தலைவர் கனம் சத்தியமூர்த்தி அவர்களின் பெயரால் வழங்குகின்ற இந்த நகரத்திலே ஸ்பெஷல் ஆர்ம்டு போலீஸில் பணி செய்கின்ற அன்பர்களுடைய குழந்தைகளுக்காகவும், இன்னும் இதர குழந்தைகளுக்காகவும் பாடசாலை ஒன்று கட்ட வேண்டுமென்று திட்டமிட்டு நல்ல முறையிலேயே 77,000 ரூபாய் செலவு செய்து கட்டி முடிக்கப்பட்ட இந்தப் பள்ளிக் கட்டிடத்தை இப்போது நான் திறந்து வைக்கிறேன். அங்கே சென்று கதவுகளைத் திறப்பதில்லை. இங்கேயே திறப்பதற்கு ஏற்பாடு செய்துவிட்டார்கள். இப்போது இந்தப் புஸ்தகத்தை எடுப்போமானால், இந்தப் பாடசாலை திறக்கப்படும். முதலிலே அந்தப் பணியைச் செய்கிறேன் என்று தெரிவித்துக்கொள்கிறேன். பாடசாலையையும், லைப்ரெரியையும் திறந்து வைக்கிறேன். *(பாடசாலையும், நூலகமும் திறக்கப்பட்டது).*

மதிப்புக்குரிய மாநில கனம் முதலமைச்சர் அவர்களே, ஸ்ரீமதி சரோஜினி வரதப்பன் அவர்களே, திரு. ஷெட்டி அவர்களே, மாவட்ட கலெக்டர் அவர்களே, ... *(சில வரிகள் இல்லை)* ...தம முதலியார் அவர்கள் கொடுத்துவிட்டார்கள். இந்தப் பாடசாலையைக் கட்டுவதற்காக நல்ல முறையிலே பாடுபட்டு சிறப்பாக கட்டிமுடித்த இன்ஜினியர்களுக்கும் குறிப்பாக ஸ்பெஷல் பில்டிங் சீஃப் இன்ஜினியர் அவர்களுக்கும், சூப்ரெண்ட் இன்ஜினியர் அவர்களுக்கும், எக்ஸிக்யூடிவ் இன்ஜினியர் அவர்களுக்கும் என் பாராட்டுதலைத் தெரிவித்துக்கொள்கிறேன். நமது மாநிலத்திலே குறிப்பாக இன்ஜினியர்கள் நல்ல வேலை செய்து பல ஆக்க வேலைகள் செய்ததின் காரணமாக திட்டங்கள் வெகு விரைவாக முடிந்திருக்கின்றன. அவர்கள் செய்கின்ற வேலையை இதர மாகாணத்து மக்களும் பாராட்டுவதை நாங்கள் அறிவோம். ஆகவே அவர்கள் நல்ல முறையிலே இதர வகை வேலைகள் செய்தாலும் இப்படிக் கல்விக்காகக் கட்டப்படும் பாடசாலையைச் சிறப்பாக, அதுவும் அதிகாரிகள் பக்கத்திலிருந்து கட்டி முடித்து குழந்தைகள் படிப்பதற்குத் தக்க ஏற்பாடு செய்தது மிகவும்

வரவேற்கத்தக்கது. இந்தக் கட்டடத்தைக் கட்டிய அன்பர்களுக்கு எல்லாம் எனது பாராட்டுதலைத் தெரிவித்துக்கொள்கிறேன். இந்தப் பாடசாலை குழந்தைகளுக்கு மதிய உணவு கொடுப்பதற்காக பஞ்சாயத்து யூனியன் சேர்மன் ஏற்பாடு செய்திருக்கின்றார்கள். திருமுல்லைவாயில் பஞ்சாயத்தும் ஓரளவு உதவிசெய்திருக்கின்றது. நம்முடைய மாநிலத்திலே வருகின்ற வருமானத்திலே நமது மதிப்புக்குரிய முதலமைச்சர் அவர்கள் ஏற்று நடத்தும் கல்வி இலாகா இந்த வருட வரவு செலவு திட்டத்திலே 31 கோடி ரூபாயும் சொச்சமும் மானியமாகப் பெற்றது. அதோடு நான் வகிக்கின்ற அரிஜன நல இலாகா மூலமாகக் கிட்டத்தட்ட கல்விக்காக 2 கோடி ரூபாய் செலவழிக்கின்றோம். அதைச் சொல்லப்போனால் நம் மாநிலத்திலே வருகின்ற வருமானத்திலே நாலில் ஒரு பங்குக்கு அதிகமாகக் கல்விக்காக நாம் செலவு செய்கிறோம். இவ்வளவு ரூபாயைச் செலவு செய்து பல ஆரம்ப பாடசாலைகள், உயர்தர ஆரம்ப பாடசாலைகள், உயர்நிலைப் பள்ளிகள், அதோடு மட்டுமில்லாமல் பல கலைக் கல்லூரிகளும், வருடந்தோறும் ஏற்படுவதைப் பார்க்கின்றீர்கள். வருடத்திற்கு 200 உயர்நிலைப் பள்ளிகளுக்கு மேலே நம்முடைய மாநிலத்திலே கல்விக்காக அதுவும் குறிப்பாகக் கிராமங்களிலெல்லாம் குழந்தைகள் ஹைஸ்கூல் படித்து உயர்நிலை பெற வேண்டுமென்று ஏற்பாடு செய்கிறோம். இந்த வாய்ப்பு நமக்கு முன்பு கிடையாது. காலம் சென்ற தனிப்பெரும் தலைவர் கனம் சத்தியமூர்த்தி அவர்களும், இங்கே இருக்கின்ற நம்முடைய மக்கள் தலைவரும், இந்த ஸ்தாபனத்தில் சேர்ந்து பணியாற்றிவருகின்ற மாபெரும் தலைவர்களும் பாடுபட்ட காலத்திலே இந்த வாய்ப்பு கிடையாது. முன்பெல்லாம் பெரிய கிராமத்தில் ஒரு பாடசாலை இருக்கும். அந்தப் பாடசாலையிலே 20, 30 மாணவர்கள்தான் வருவார்கள். படிக்க வைக்கின்ற எண்ணமே பெற்றோர்களுக்கு அன்று கிடையாது. இன்று ஏழைகளாயிருந்தாலும், பெற்றோர்களுக்குத் தம் குழந்தைகள் கட்டாயம் படிக்க வேண்டும் என்ற எண்ணம் வந்துவிட்டது. இந்த எண்ணம் வருவதற்கு முக்கியக் காரணம் நம்முடைய நாடு சுதந்திரம் பெற்றதுதான். நமது நாட்டிலே மக்கள் ஆட்சி நடைபெறுகிறது. அந்த ஆட்சியை நல்ல முறையிலே நடத்துவதற்குப் பாடுபட நம்முடைய தலைவர்கள் இருக்கின்றார்கள். அவர்களுடைய சேவையே இதற்கு முக்கியக் காரணம் என்று மக்கள் தலைவர் மாஜி முதல் மந்திரி அவர்கள் தலைமையிலே இங்கே இருக்கின்ற கனம் இன்றைய முதல் அமைச்சர் அவர்கள் அஸ்திவாரம் இட்டு இந்த ஆவடியில் இந்தப் பணியைச் செய்தார்களோ, அதுமுதல் அது நாளொருமேனியும் பொழுதொரு வண்ணமுமாக வளர்ந்து நல்ல ஆக்க வேலையும் செய்துவருவதை நீங்கள் கண் கூடாக இன்று பார்க்கிறீர்கள். குழந்தைகள் நன்கு படிக்க வேண்டும்.

குறிப்பாகத் தமிழகத்திலே முன்பெல்லாம் வாத்தியார் மகன் வாத்தியார்தான், போலீஸ்காரர் மகன் போலீஸ்காரர்தான் என்ற நிலை இருந்தது. ஆனால் இப்போது அந்தச் சொல்லையெல்லாம் மாற்றிவிட்டோம். உழவன் கணக்குப் பார்த்தால் உழக்கோல்தான் மிச்சம் என்று அந்தக் காலத்தில் கூறுவார்கள். இப்போ உழவனுக்கு ஜாஸ்தி. முதலாளிக்குக் கொஞ்சம். அதேமாதிரி இங்கே ஸ்பெஷல் ஆர்ம்டு போலீஸ்லே வேலை செய்தாலும் சரி, அல்லது இதர போலீஸ் படையிலே வேலை செய்தாலும் சரி, அல்லது அரசாங்கத்திலே வேறு எந்தத் துறையில் வேலைசெய்தாலும் சரி அவர்கள் குழந்தைகள் நன்றாகப் படித்து அவர்களுடைய தகப்பனார்களைக் காட்டிலும் உயர்ந்த நிலைமைக்கு வர வேண்டுமென்று அரசாங்கம் ஏற்பாடு செய்துகொண்டு வருகிறது. இதைக் கண்கூடாக நாம் பார்க்கிறோம். சொல்லப் போனால் அதற்கு நானே ஒரு எடுத்துக்காட்டு. அதனாலே நம்முடைய நாட்டிலே குழந்தைகள் படித்து உயர்ந்த நிலைக்கு வரவேண்டும். நாட்டிலே அவர்கள் நல்ல பொறுப்பினை வருங்காலத்திலே ஏற்றுக்கொள்ள வேண்டும். நம்முடைய நாட்டிலே போட்ட திட்டங்களை நல்ல முறையிலே இன்றைக்குப் பெரியோர்கள் நடத்தினாலும் அந்தப் பொறுப்பினைப் பின்னால் நடத்தி நாட்டின் பொருளாதார திறனைப் பூரணமாகப் பெரிதும் பெறுவதற்கு அவர்களெல்லாம் முன்வர வேண்டுமென்ற நோக்கத்தோடுதான் இப்படிப்பட்ட சிறந்த வேலைகளை அரசாங்கம் செய்து வருகிறது என்பதை உங்கள் மத்தியிலே நான் தெரிவித்துக்கொள்கிறேன். 11 ஜில்லாக்கள் நமது மாநிலத்திலே உள்ளன. அவற்றுள் 325 பஞ்சாயத்து யூனியன்கள் ஏற்படுத்தப்பட்டிருக்கின்றன. இந்தப் பஞ்சாயத்து யூனியன் வாயிலாகப் பல ஆரம்ப பாடசாலைகள் நடைபெறுகின்றன. முன்பெல்லாம் பஞ்சாயத்து போர்டு தலைவருக்குப் பாடசாலையைப் பார்ப்பதற்குப் அதிகாரம் கிடையாது. அந்த ஊரில் பாடசாலையைப் பார்ப்பதற்கு பஞ்சாயத்து போர்டு தலைவர் சென்று ஏன் நீங்கள் பிந்தி வருகிறீர்கள் என்று ஆசிரியர்களைக் கேட்டால், நீங்கள் என்ன கேட்கிறது, சர்க்கார் பள்ளிக்கூடத்தில் நான் வரும்போது வருவேன் என்றெல்லாம் கூறுவார்கள். இன்றைக்குப் பஞ்சாயத்து யூனியன்கள் ஏற்பட்ட பிற்பாடு அந்தப் பஞ்சாயத்து போர்டு தலைவருக்கும், பஞ்சாயத்து யூனியன் அங்கத்தினர்களுக்கும் அந்த அதிகாரம் கொடுக்கப்பட்டிருக்கிறது. இந்த வாய்ப்பு மக்கள் அரசாங்கத்திலே மக்களுடைய நன்மையைக் கவனிப்பதற்கு அந்த ஊரிலே பஞ்சாயத்து போர்டு பிரெசிடென்டு அவர்களும் அங்கத்தினர்களும் தங்கள் கடமையைச் செய்வதின் மூலமாக அதிகாரத்தையும் அடைய வேண்டுமென்று அரசாங்கம் ஏற்பாடு செய்திருக்கின்றது. இப்போது நம்முடைய மாநிலத்திலே பாடசாலை இல்லாத கிராமம் கிடையாது. பஞ்சாயத்து போர்டு இல்லாத ஊரும்

கிடையாது. கூட்டுறவு சொஸைட்டி இல்லாத ஊரும் கிடையாது. 100-க்கு 100 பண்ணிவிட்டோம். மேலும் செய்ய வேண்டும். இந்த உயர்நிலைப் பள்ளிகள் பல ஏற்பட்டாலும் இன்னும் சில இடங்களிலே சில உயர்நிலைப் பள்ளிகள் ஏற்படுத்த வேண்டும் என்று இருக்கின்றது. அதை நம்முடைய முதலமைச்சர் அவர்கள் தக்கத் திட்டமிட்டு அங்கெல்லாம் உயர்நிலைப் பள்ளிகள் ஏற்படுத்துவதற்குப் பாடுபட்டு வருகிறார்கள். நாமெல்லாம் இப்படிப்பட்ட நல்ல காரியம் செய்யும்போது கிராமத்தில் இருக்கும் மகாஜனங்கள் அரசாங்கத்துடன் ஒத்துழைத்து மேலும் பல நன்மைகளை அடைவதற்கு முன்வர வேண்டும். நாடு உயர்ந்தால்தான் நாம் உயர்வோம். நாடு உயராவிட்டால் நாம் உயரமாட்டோம். சில பேர் நாடு எக்கேடு கெட்டுப் போனாலும் போயிட்டுப்போகுது, நாம் மட்டும் நல்லா இருந்தால் போதும், என்னுடைய பெண்டு பிள்ளைகள் நல்லாயிருந்தால் போதும், என்ற எண்ணமுடையவர்களாக இருக்கின்றனர். அவ்வாறு இருப்பது நல்லதல்ல. நம்முடைய நாட்டை உயர்த்துவதற்கு நாம் எல்லோரும் பாடுபட வேண்டும். நாடு உயர நாம் உயர்வோம் என்ற நல்லெண்ணத்தோடு பணியாற்றக் குறிப்பாக, இந்த வட்டார மக்களையும் இங்கே ஸ்பேஷல் ஆர்ம்டு போலீஸிலே வேலை செய்கின்ற அன்பர்களையும் கேட்டுக்கொள்கிறேன். நாடு உயர்ந்தால்தான் நாம் உயர்வோம் என்ற நல்லெண்ணத்தோடு நம்முடைய கடமையையும் செய்ய வேண்டும். வரப்பு உயர நீருயரும், நீர் உயர நெல் உயரும் என்று ஔவையார் அந்தக் காலத்தில் பாடினார்கள். அந்த மாதிரி நாடு நல்லா இருந்தால்தான் நமக்கு வேண்டிய எல்லா வசதிகளும் கிடைக்கும். வீட்டு வசதி, சம்பள கூடுதல், இன்னும் பல வசதிகளை ஏற்படுத்துவதற்கு நாட்டை நல்ல முறையிலே நாம் உயர்த்த வேண்டும். நாம் போட்டிருக்கின்ற திட்டங்களைச் சிறப்பாக நடத்த வேண்டுமென்று கேட்டுக் கொள்வதோடு அந்தத் திட்டம் நிறைவேறுவதற்கு நாம் பக்கத் துணையாய் இருந்து நம்முடைய நல்லாசி, நல்ல அன்பு, ஆதரவு எல்லாம் கொடுக்க வேண்டும். காங்கிரஸ் செஷன்ஸ் நடந்த ஆவடியிலே அப்போது ரோஷலிசத் தீர்மானத்தை நிறைவேற்றினோம். இப்போது நடைமுறையில் நடத்துவதற்காக ஏற்பாடுகள் செய்துகொண்டு இருக்கின்றோம். அதுவும் ஜனநாயக முறையில் சோஷலிசம் பெற வேண்டும். இதெல்லாம் வருமா என்று ஒரு சிலர் சந்தேகம் படுவாங்க. இந்த ஆவடியிலே இத்தனை பேக்டரி எல்லாம் வருமா; இத்தனை வீடுகள் எல்லாம் வருமா; பாடசாலை வருமா; என்று யாரேனும் கண்டார்களா? ஆகவே, நான் சொல்லுவதிலே கொஞ்சம் நம்பிக்கை வைக்க வேண்டும். "நம்பினோர் கெடுவதில்லை நான்மறை வாக்கு." பெரியோர் சொல்லியிருக்கின்றனர். நம்பிக்கை வைத்து நீங்கள் எல்லோரும் ஒத்துழைத்தீர்களேயானால் நிச்சயமாகச் சிறந்த நன்மையை

அடைவோம் என்று உங்கள் மத்தியிலே நான் தெரிவித்துக்கொள்கிறேன். எல்லாவிதமான தொழிற்சாலைகள் ஏற்பட்டிருக்கின்றன. இந்தத் தொழிற்சாலைகளையெல்லாம் பார்க்கும்போது ஆவடிக்கு முன்பு வந்தவர்கள் பார்த்தார்களேயானால் இது எந்த ஊர்; இவ்வளவு தொழிற்சாலைகள், கட்டடங்கள் ஏற்பட்டிருக்கின்றனவே என்று நினைப்பார்கள். எத்தனையோ தொழிலாளி மக்கள், பாட்டாளி மக்கள் வேலை செய்கிறார்கள் இங்கே. ஆயிரக்கணக்கான தொழிலாளிகள் பல கிராமங்களிலிருந்தும், ஆவடியில் இருந்தும், அல்லது திருமுல்லைவாயில் கிராமங்களிலிருந்தும் எல்லாம் இங்கு வந்து வேலை செய்கிறார்கள். இந்த வாய்ப்புகள் எல்லாம் தொழில் துறையில் நாடு முன்னேற்றம் அடைந்திராவிட்டால் அவர்களுக்குக் கிடைத்திருக்காது.

தொழிலாளர் சமூகத்திற்குச் சில வார்த்தைகள் சொல்லிக்கொள்ள நான் ஆசைப்படுகிறேன். உங்க குழந்தைகளை நன்றாகப் படிக்க வைப்பதற்கு அரசாங்கம் பொறுப்பு ஏற்றுக்கொண்டிருக்கிறது. பஞ்சாயத்து யூனியன் பொறுப்பு ஏற்றுக்கொண்டிருக்கின்றது. அது எங்கள் கடமை. நாங்கள் செய்கின்றோம். ஆனால், உங்கள் கடமை நல்ல முறையிலே தொழில் வளர தொழிற்சாலையில் நீங்கள் உங்கள் கடமையைச் சரிவர செய்து நாட்டினிலே நல்ல முன்னேற்றம் ஏற்பட நாம் எல்லாம் நம் பணியைச் செய்வோம் என்ற நோக்கத்தோடு தொழிலாளர் சகோதரரும் தொழிலாளர் தோழர்களும் வேலை செய்ய வேண்டுமென்று இந்தச் சமயத்திலே நான் கேட்டுக்கொள்ளுகிறேன். ஆனால், சில சமயத்தில் தொழிற்சாலைகள் ஏற்படுத்தி பல கோடி ரூபாய் செலவு செய்து கடைசியிலே ஒருநாளுக்கு மறியல் என்று வந்துவிடும். தொழிற்சாலைகள் ஏற்படுத்தியிராவிட்டால் இத்தனை பேருக்கு வேலை கிடைத்திராது. ஆனால், நியாயமான கோரிக்கை என்றால் கோரிக்கைகளைக் கவனிப்பதற்கு அரசாங்கம் இருக்கின்றது. அதைக் கேட்டு அதன்படி நடக்க வேண்டும். இப்படித்தான் இதர நாடுகளிலெல்லாம் பார்க்கின்றோம். தொழிலாளிகள், அதிகாரிகள், அரசாங்கத்திலே ஒரு முடிவு செய்துவிட்டால் அதை ஏற்று நடக்கின்றார்கள். இங்கே எது யார் சொன்னாலும் கேட்பதில்லை என்ற மனப்பான்மை இருக்கிறது. அது நல்லது இல்லை. இதை நல்ல முறையிலே உங்களுக்கு நான் மிகப் பணிவோடு தெரிவித்துக்கொள்ளுகிறேன். உங்களுடைய குழந்தைகள் நன்றாகப் படிப்பதற்காக இங்கே போலீஸ் இலாகாவிலே பணி செய்கின்ற அன்பர்களுக்கு மட்டுமில்லை அதில் இதர கிராமக் குழந்தைகள் படிப்பதற்காகவும் ஏற்பாடு செய்திருக்கின்றார்கள். ரூ. 77,000 செலவு செய்து கட்டிருக்கின்றோம். பல குழந்தைகள் இங்கே மதிய சாப்பாடு சாப்பிடுவதற்காக ஏற்பாடு செய்திருக்கின்றார்கள். மதிப்பிற்குரிய ஷெட்டி

அவர்களுடைய தரும பத்தினியார் போலீஸ் இலாகாவிலே பணி செய்கின்ற அன்பர்களுடைய குழந்தைகளின் முன்னேற்றத்திற்காக இந்தப் பணியைச் செய்வதோடு உதவி செய்ய முன் வந்திருப்பது மிகவும் பாராட்டத்தக்கது. நம்முடைய மாநிலத்தில் மாதர் முன்னேற்றத்திற்காகப் பாடுபட்டு வருகின்ற ஸ்ரீமதி சரோஜினி வரதப்பன் அவர்கள் இந்தக் குழந்தைகளுக்கு மதிய உணவு வழங்கும் திட்டத்தை இன்றைய தினம் ஆரம்பித்து வைக்கப் போவது மிகவும் பொருத்தமானது. அதை நல்ல முறையிலே இங்கு இருக்கின்ற பெரியோர்கள், தாய்மார்கள், எல்லாம் உபயோகித்து குழந்தைகளைப் பாடசாலைக்குத் தவறாது அனுப்ப வேண்டும். படித்தால்தான் முன்னேற்றம். படிப்பதற்கு வசதி செய்திருக்கின்றது. இந்த வாய்ப்பை நீங்கள் தெரிந்துகொள்ள வேண்டும். இன்றைக்கு இது ஆரம்பப் பாடசாலையாக இருக்கிறது. பிற்பாடு உயர்தர பாடசாலையாக வரும். இப்படி வருங்காலத்தில் குழந்தைகள் எல்லாம் நன்றாகப் படித்து உயர்ந்த நிலைக்குப் போவதற்கு வாய்ப்பு இருக்கும் என்று இந்தச் சமயத்திலே சொல்லிக்கொள்ள ஆசைப்படுகிறேன்.

இந்த வாய்ப்பினைக் கொடுத்ததற்காக இந்தப் பாடசாலையைத் திறந்து வைப்பதற்கும் குறிப்பாக லைப்ரெரியைத் திறந்து வைப்பதற்கும் சந்தர்ப்பத்தைக் கொடுத்ததற்காக ஐ.ஜி., ஷெட்டி அவர்களுக்கும், டி.ஐ.ஜி. ஹோம்ஸ் அவர்களுக்கும் மதிப்புக்குரிய புருஷோத்தம முதலியார் அவர்களுக்கும், விசேஷமாக இங்கு வந்துள்ள பஞ்சாயத்து யூனியன் சேர்மன் அவர்களுக்கும், பஞ்சாயத்து பிரெசிடெண்ட் அவர்களுக்கும், என் நன்றியையும் பாராட்டுதலையும் தெரிவித்துக்கொண்டு வார்த்தையை முடித்துக்கொள்ளுகிறேன்.

1963

1964

புத்தாண்டு வாழ்த்து

நெல் விளைச்சல் போட்டி பரிசளிப்பு விழா

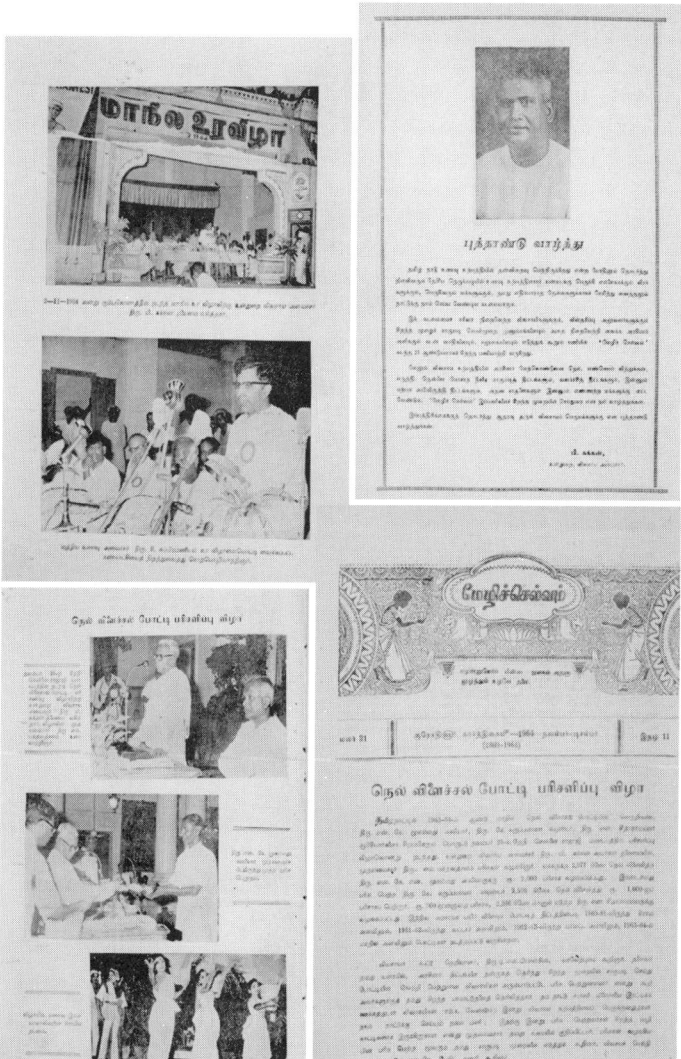

1965

Registered No. M-1046

புத்தாண்டு வாழ்த்து

Registered No. M-1046

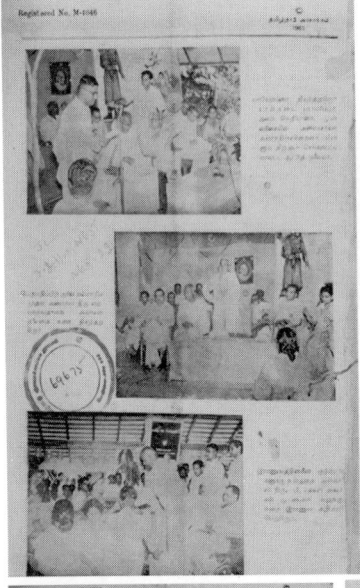

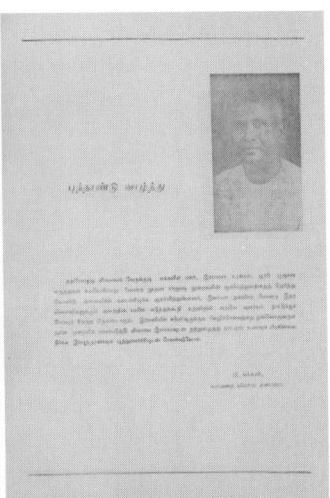

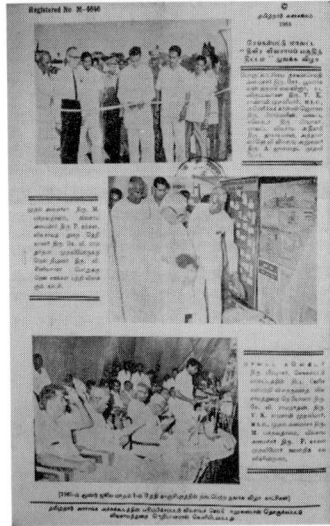

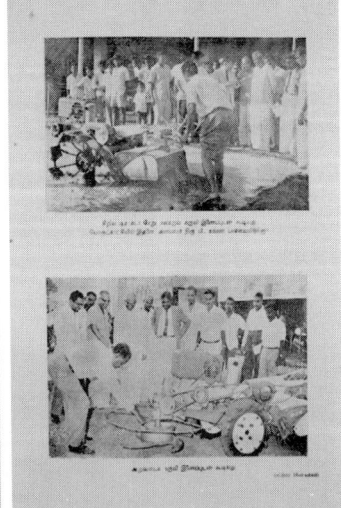

1966

கோ.ரகுபதி ● 49

முன்னேற்றப் பாதை

உள்துறை அமைச்சர்
கக்கன்

தமிழ்ப்பண்ணை

காணிக்கை

உடல் எனது இயக்கம், உயிர் எனது கொள்கை என்று தினமும் காங்கிரஸ் இயக்கத்திற்கே அரும் பாடுபட்டு மறைந்த மாவீரன் **அஜீஸ்** அவர்களுக்கு இந்த நூலைக் காணிக்கை ஆக்குகின்றோம்.

சின்ன அண்ணாமலை

பதிப்புரை

'முன்னேற்றம்' என்ற வார்த்தையைக் கேட்கும் பொழுதே சொல் இனிக்கின்றது! நடைமுறையிலே கண்டு விட்டால் தேனின் சுவை தெரிகின்றது! எதைச் செய்தாலும் முன்னேறத்தான் முயலுகிறான் மனிதன்! பின் செல்ல எவனும் விரும்புவதில்லை! முன் சென்றால் போற்றுவார்கள்! பின் சென்றால் இகழ்வார்கள்! இது பொது நியதி!

ஆனால் பின்னேற்றத்தில் இருந்துதான் முன்னேற்றம் பிறக்கின்றது என்று தெரிந்தும் தெரியாதது போல் உள்ளது மனித நெஞ்சம் ஒன்றுதான்! நெஞ்சம் முன்னேறச் சொல்லுகின்றது! நேர்மை பின்னே தள்ளுகின்றதே! என்று சில பேர் முணுமுணுப்பார்கள்! நேர்மை பிசகினால் தான் முன்னேற்றம் உண்டு என்று எண்ணுவோருக்கு நியாயத்திலும் முன்னேற்றம் உண்டு என்று தெரியாமல் போய் விட்டது என்ன காரணத்தினாலோ?

உள் துறை அமைச்சர் திரு. கக்கன்ஜி அவர்கள் காட்டுகின்ற முன்னேற்றம், நாட்டின் முன்னேற்றம். வாழ்க்கையின் முன்னேற்றம். நியாயத்திலும் நேர்மையிலும் தோன்றுகின்ற முன்னேற்றம்.

நாட்டின் விடுதலைக்காகப் பாடுபட்டு, சிறைப்பட்டு, குருதி சிந்தி, எண்ணற்ற தியாகங்களைச் செய்த திரு. கக்கன்ஜி, தான் கண்ட முன்னேற்றப் பாதையைச் சொல்லுகின்றார்.

அமைதியான பேருள்ளம் கொண்ட அமைச்சர் அவர்களின் எழுத்துக்கள் அமைதியாக இருந்தாலும், சிந்தனையைக் கிளறுகிறது என்பதில் ஐயமில்லை!

தியாகராய நகரம் — அன்பன்

சென்னை - 17. — சின்ன அண்ணாமலை

நவீன முறை விவசாயம்

விவசாயம் உண்மையில் மிகப் பழமையான விஞ்ஞானமாகும். இத் தொழில் வேகமாக வளர்ச்சி அடைந்திருக்கிறது. இன்னும் வளர்ந்து வருகின்றது. தினம் தினம், புதிய புதிய ஆராய்ச்சிகள் நடந்தபடி உள்ளன. அந்த ஆராய்ச்சிகளின் விளைவாக உற்பத்தியைப் பெருக்குவதற்கும், உற்பத்திச் செலவுகளைக் குறைப்பதற்கும் புதுப் புது முறைகள் கண்டுபிடிக்கப்படுகின்றன. ரசாயன உரங்கள், நவீன விவசாயக் கருவிகள், பயிர் பாதுகாப்பு மருந்துகள், பொறுக்கு விதைகள் முதலியன எல்லாம் குறைந்த காலத்தில் அதிகமான மகசூல் எடுக்க உதவுகின்றன. இவையெல்லாம் ஆராய்ச்சியின் விளைவாகக் கிடைத்தவை ஆகும். உற்பத்தியைப் பெருக்க வேறு சாதனங்கள் குறித்து மேலும் ஆராய்ச்சிகள் நடந்தபடி உள்ளன. இந்த ஆராய்ச்சியின் பலன்கள் எல்லாம் குடியானவர்களுக்குக் கிடைக்கும்படி செய்ய வேண்டும். குடியானவர்கள் பொதுவாக மாறுதல்களை விரும்புவதில்லை. புதுமுறைகளில் நம்பிக்கையின்மை காரணமாக, நவீன முறைகளை அவர்கள் மேற்கொள்ள விரும்புவதில்லை. ஆராய்ச்சிகளின் பலன்களை அவர்கள் உணர்ந்து அப்பலன்களைப் பெறும்படியாக அவர்கள் மனப்போக்கை மாற்றுவது எப்படி? இந்த முறையில்தான் விஸ்தரிப்பு வேலை முறைகள் மிகவும் உபயோகமாக இருக்கின்றன.

விஸ்தரிப்பு வேலை

தமிழ் நாட்டில் வேளாண்மைத் துறையானது ஒரு குறிப்பிட்ட அளவில் விஸ்தரிப்பு வேலையை நீண்டகாலமாகவே செய்து வருகின்றது. ஆனால், 1952-ல் இந்தியாவில் சமுதாய அபிவிருத்தித் திட்டங்கள் ஆரம்பிக்கப் பட்ட போதுதான், விஸ்தரிப்பு வேலை முறைகள் பரவலாக உணரப்பட்டன.

நல்ல முறையில் வளர்ச்சி அடைந்த ஆராய்ச்சிப் பிரிவுடன் கூட, விவசாய இலாகாவானது விஸ்தரிப்பு வேலை நிபுணரின் கீழ் விஸ்தரிப்பு வேலைப் பிரிவு ஒன்றையும் வைத்துள்ளது. இந்த விஸ்தரிப்புப் பிரிவானது, ஆராய்ச்சிப் பிரிவுக்கும், குடியானவர்களுக்கும் இடையே பிணைப்பை ஏற்படுத்துகிறது. விஸ்தரிப்பு வேலையில் விஸ்தரிப்பு நிபுணரின் அலுவல்கள் தவிர்த்து, தகவல் அதிகாரியின் பணியும் முக்கியமானது ஆகும். இந்த இரு தரப்பாரும் சேர்ந்து, ஆராய்ச்சிகளின் முடிவுகளை, விவசாயிகள் எளிதாக உணர்ந்து எளிதாக

அனுசரிக்கும் வண்ணம் அந்த முறைகளைப் பரப்ப வேண்டியுள்ளது. இந்தப் பணியில், அவர்களுக்கு நல்ல பயிற்சி ஏற்படுத்துவதற்காக விஸ்தரிப்புப் பிரிவு, தகவல் பிரிவு ஆகியவைகளைச் சேர்ந்த அலுவலாளர்களுக்குக் குறிப்பிட்ட துறைகளில் குறித்த காலக் கிரமப்படி பயிற்சிகள் அளிக்கப்படுகின்றன.

சினிமாப் பட முறையில் விளக்கம், மறு பயிற்சிகள், கருத்தரங்குகள், அலுவலர் கூட்டங்கள், ஆய்வுக் குழுக்கள் முதலியவற்றை நடத்துவது ஆகியவைகளிலும் கவனம் செலுத்தப்பட்டுப் பயிற்சி அளிக்கப்படுகின்றது.

நவீன முறைகள்

குடியானவர்களுக்கு நவீன முறைகளை எடுத்துறைப்பதில், விஸ்தரிப்பு வேலைகள் தான் கருவி சாதனமாக இருந்து உதவுகின்றன. பயன்படுத்தப்படும் முறைகள் மனம் கவரத்தக்க முறையில், ஆர்வத்தை வளர்க்கக் கூடிய வகையில் இருக்க வேண்டும். பயன் படுத்தப்படும் முறைகள், அந்தந்த ஊர் நிலைமைக்கும், வட்டார நிலவரங்களுக்கும் அனுசரணையாக இல்லாமல் இருக்குமானால், அந்த முறைகளால் பலன் ஏற்படாது.

குடியானவர்கள் தங்கள் தேவைகளை உணர்வதற்கு வழிகாட்டும் படியாக இந்த முறைகள் இருக்க வேண்டும். இந்த முறைகள் பரவலாக அனுசரிக்கக் கூடியதாகவும், வட்டார நிலைமைகளுக்கேற்ப வளைந்து கொடுக்கும் தன்மை உள்ளதாகவும், ஜனநாயக முறைக்கு ஏற்பவும் இருக்க வேண்டும். சிறந்த முறையில் பலன் காண்பதற்காக கூடுமானவரை அங்காங்கே உள்ளூர் தலைவர்களையும், ஏற்கனவே உள்ள ஸ்தாபனங்களையுமே பயன்படுத்திக்கொள்ள வேண்டும். பயிற்சி பெற்ற நிபுணர், புதிய விஸ்தரிப்பு முறைகளில் அவர்களுக்கு வழிகாட்டிச் செல்ல வேண்டும் என்பதை விளக்க வேண்டியது இல்லை.

பல்வேறு சாதனங்கள்

விஸ்தரிப்பு வேலையில் பல்வேறு சாதனங்கள் கையாளப் படுகின்றன. பேச்சு, எழுத்து, சினிமாப் படக்கருவிகள் முதலியன பயன்படுத்தப்படுகின்றன. ஆராய்ச்சி நுட்ப முறைகளைப் பரப்புவதற்காக, பண்ணைக்கு அழைத்துச் செல்லல், குழுத் தொடர்புகள் ஏற்படுத்துதல், செய்முறைப் பயிற்சி, பொருட் காட்சி, சுற்றுலா, மகிழ்ச்சிப் பயணம், ரேடியோ, சினிமா நிகழ்ச்சிகள், புத்தகங்கள், நாடகம், பாட்டு போன்ற கலை நிகழ்ச்சிகள் முதலியன பயன் படுத்தப்படுகின்றன. இளைஞர் மன்றங்கள் தற்சமயம் விஸ்தரிப்பு வேலைகளில் மிகவும் பயன்படுகின்றன.

எல்லா விஸ்தரிப்பு வேலைகளின் முடிவான நோக்கம் ஒன்றே. ஆய்வுக் கூடங்களில் நடந்த ஆராய்ச்சிகள் மூலம் சமுதாயம் பயனடைய வேண்டும். உற்பத்தி முறைகளை அபிவிருத்தி செய்தும், உற்பத்திச் செலவுகளைக் குறைத்தும் சமுதாயம் லாபமடைய வேண்டும். எனவே, குடியானவர்கள் தங்களுடைய பாரம்பர்யமான முறைகளை மாற்றிக்கொள்ள வேண்டும் என்பதை எடுத்துக்காட்ட இந்த முறைகள் பெரிதும் பயன்படும்.

முறை சரியானதாக இருப்பது மட்டும் போதாது. விஸ்தரிப்பு வேலை அலுவலரும் வேலைக் கேற்ற சரியான நபராக இருந்து சரியாகச் செயல் பட்டால்தான் விரும்பியபடி பலன் கிடைக்கும். அவர் தாம் வேலை செய்யும் வட்டார நிலவரம் பற்றியும், வட்டார மக்கள் குறித்தும் நன்கு அறிந்தவராக இருக்க வேண்டும். மக்களுடைய நலன்கள், தேவைகள் குறித்துத் தெளிவாகத் தெரிந்து இருக்க வேண்டும்.

மதிநுட்பம், பொறுமை, ஆற்றல், விஷயஞானம் படைத்தவராக இருக்க வேண்டும். தமது நம்பிக்கையை - சொல்லைச் செயல் படுத்த வல்லவராக இருக்க வேண்டும். இவை எல்லாவற்றுக்கும் மேலாக, குடியானவர்களின் மனப்பாங்கை புதிய துறைகளுக்கு மாற்ற வல்லவராக அதற்கான தன்மை உள்ளவராக இருக்க வேண்டும்.

விவசாய முன்னேற்றம்

நமது மாநிலத்தின் அடிப்படைத் தொழில் விவசாயம் ஆகும். தேசிய வருமானம், தனி நபரின் வருமானம் ஆகியவைகளைப் பெருக்குவதிலும், மக்கள் வாழ்க்கைக்கு இன்றியமையாத உணவுப் பொருள்களையும், தொழில் வளர்ச்சிக்கான மூலப்பொருள்களையும் அளிப்பதில் விவசாயம் முக்கியமான பங்கு வகிக்கிறது. இரண்டு ஐந்தாண்டுத் திட்டங்கள் முடிவு பெற்று மூன்றாவது திட்டமும் முடியும் தறுவாயில் உள்ளது. ஆகவே உணவுப் பொருள்கள், வியாபாரப் பொருள்கள் உற்பத்தி எந்த அளவுக்கு அதிகம் ஆகி இருக்கின்றன என்பதையும் விவசாய உற்பத்தி அதிகரிப்பில் மற்ற வேலைத் திட்டங்கள் எந்த அளவுக்குப் பங்கு கொண்டுள்ளன என்பதைப் பற்றியும் ஆராய்ந்து பார்ப்பது பொருத்தம் உடையது ஆகும்.

இரண்டாவது ஐந்தாண்டு திட்ட இறுதியில் 53.12 லட்சம் மெட்ரிக் டன் உணவு தானியம் உற்பத்தி செய்யப்பட்டதாக மதிப்பிடப் பட்டுள்ளது. மூன்றாவது திட்டத்தை வகுக்கும் போது உணவுக்காகவும், விதைகளுக்காகவும் மட்டும் அல்லாமல், பாதகமான பருவ நிலையையும் கருத்தில் கொண்டு உணவு உற்பத்தித் திட்டம் வகுக்கப்பட்டது.

விவசாய உற்பத்திக்குழு

மூன்றாவது ஐந்தாண்டுத் திட்டத்தில் சேர்ந்துள்ள வேலைத் திட்டங்களை முடிவு செய்ய விவசாய உற்பத்திக் குழு ஒன்று அமைக்கப் பட்டது. இக்குழு, சாதகமான பருவ காலத்திலும், பாதகமான பருவ காலத்திலும், உற்பத்தி அளவு வேறுபடுவது பற்றி பரிசீலனை செய்து 10 லட்சம் மெட்ரிக் டன் வேறு பாடு இருக்கும் என்று மதிப்பிட்டது.

இந்த வேறுபாட்டுக்கும் சேர்த்து வகை செய்வது விரும்பத்தக்கது என்று கருதப்பட்டது. எனவே, பாதகமான பருவ நிலையிலும் குறைந்த அளவு 60.5 லட்சம் மெட்ரிக் டன் உணவு உற்பத்தி செய்ய முடியுமென்று மதிப்பிடப்பட்டு, மூன்றாவது திட்ட இலக்கு சுமார் 70 லட்சம் மெட்ரிக் டன் என்று நிச்சயிக்கப்பட்டது. 1960 - 61ல் 53.15 லட்சம் மெட்ரிக் டன் உணவு உற்பத்தி செய்யப்பட்டது என்பது இங்கே குறிப்பிடத்தக்கது ஆகும்.

கூடுதல் உற்பத்தி

பெரிய பாசனம், சிறுபாசனம், மண்வளப் பாதுகாப்பும், நில மீட்பும், தரமான விதைகள், ரசாயன உரங்கள் - தழை உரம், மற்ற உள்ளூர்வகை எரு வகைகள் ஆகியவை மூலம் 16.50 லட்சம் மெட்ரிக் டன் உணவு தானிய உற்பத்தி கூடுதலாகச் செய்யவும் உத்தேசிக்கப் பட்டுள்ளது.

பரம்பிக்குளம் - ஆயாறு திட்டம், வைகைத் திட்டம் புதிய கட்டளை மேல் மட்டக் கால்வாய்த் திட்டம், புள்ளம்பாடி கால்வாய்த் திட்டம், வீடூர் நீர்த் தேக்கத் திட்டம், நெய்யாற்றுத் திட்டம், பாலாறு அணைக்கட்டு, சாத்தனூர் திட்டம், இராமநதித் திட்டம் ஆகிய திட்டங்கள் மூலம் 2.08- லட்சம் ஏக்கர் புதிய நிலங்களைப் பாசனத்தின் கீழ்க் கொண்டு வருவதே மூன்றாவது திட்டத்தின் நோக்கமாகும். பரம்பிக்குளம் - ஆயாறு திட்டம், நெய்யாறு திட்டம், இராமநதித் திட்டம் ஆகியவை நீங்கலாக மற்ற திட்டங்கள் அனைத்தும் முடிக்கப்பட்டு அவை முழு அளவுக்குப் பயன் படுத்தப் படும்.

மூன்றாவது திட்டத்தில் புதிதாக 2.4 - லட்சம் ஏக்கர் நிலத்திற்குப் பாசன வசதிகள் ஏற்படுத்த வேண்டு மென்றும், 4.69 லட்சம் ஏக்கர் நிலத்தில் ஏற்கனவே உள்ள பாசன வசதிகளை அபிவிருத்தி செய்ய வேண்டும் என்றும் நிச்சயிக்கப்பட்டது. ஆனால், 1963 - 64 வரை 1.64- லட்சம் ஏக்கர் நிலம்தான் புதிதாகப் பாசனத்தின் கீழ் கொண்டு வரப்பட்டது. 2.8 லட்சம் ஏக்கர் நிலத்தில் பாசன வசதி அபிவிருத்தி செய்யப்பட்டது. 1965 - 66 முடிவுக்குள் 1.22- லட்சம் ஏக்கர் நிலம் புதிதாகப் பாசனத்தின் கீழ்க் கொண்டு வரப்படும் என்றும், 1.254-லட்சம் ஏக்கர் நிலத்தில் பாசன வசதி அபிவிருத்தி செய்யப்படும் என்றும் எதிர்பார்க்கப்படுகிறது. ஆகவே மூன்றாவது ஐந்தாண்டு திட்ட முடிவில் திட்ட இலக்கான 1.83 - லட்சம் மெட்ரிக் டன் அதிக உற்பத்தியைவிட 1.94- லட்சம் மெட்ரிக் டன் அதிக உற்பத்தி ஆகும் என்று எதிர்பார்க்கப் படுகிறது.

பாசன வசதி

மூன்றாவது ஐந்தாண்டுத் திட்டத்தில், விசேஷ சிறு பாசனத் திட்டத்திற்காக ரூ.800 - லட்சம் ஒதுக்கப்பட்டுள்ளது. திட்ட கால அளவில் 3,500 வேலைகளை முடிக்க வேண்டுமென்று திட்டமிடப் பட்டுள்ளது. இந்தப் பாசன வேலைகளைப் பூர்த்தி செய்வதன் மூலம் 4.53- லட்சம் ஏக்கர் கொண்ட தற்போதைய ஆயக்கட்டுக்கு உறுதியான பாசன வசதி கிடைப்பதுடன், 47,000 ஏக்கர்களுக்குப் புதிய பாசன வசதி கிடைக்கும். அத்துடன் 1.72 மெட்ரிக் டன் கூடுதலாக உணவு தானியங்கள் உற்பத்தி ஆகும். மூன்றாவது திட்டத்தின்

கீழ் 1964-ம் ஆண்டு இறுதி வரை ரூ.803.97 லட்சம் செலவிடப் பட்டது. 2,891 வேலைகள் பூர்த்தி செய்யப் பட்டன. இதன் விளைவாக 96,730 ஏக்கர் புதிய நிலங்களுக்குப் பாசன வசதி அளிக்க முடிந்தது. அத்துடன் 2.97 லட்சம் ஏக்கர் கொண்ட தற்போதைய ஆயக்கட்டுக்கு உறுதியான பாசன வசதி அளிப்பதன் மூலம் சுமார் 85,000 மெட்ரிக் டன் உணவு தானியங்கள் அதிக உற்பத்தி செய்யப்படும்.

பாசன ஏரிகள்

பாசன ஏரிகளைத் தூறு வாரிப் பண்படுத்துதல் விவசாய வளர்ச்சியின் மற்றொரு சாதனமாகும். ஏரிகள் மண்ணடித்துப் போவதனால், முழுவதுமோ அல்லது அவற்றின் ஒரு பகுதியோ பயனற்றுப் போயிருக்கும். அத்தகைய ஏரிகளின் உட்புறத்தில் தூர் வாருவதன் மூலமும், அவற்றின் முழு ஏரி மட்டத்தை உயர்த்துவதன் மூலமும் அவற்றைப் பழைய நிலைக்குக் கொண்டு வரலாம்.

இதற்கான திட்டத்தின் கீழ் ஏரியின் மண்ணடிக்கப்பட்ட பகுதி ஆழப்படுத்தப்படும். வெளியே அகற்றப்பட்ட மண், ஏரி எதிர் வயில் அமிழ்ந்து போன நிலங்களை மீட்கப் பயன்படுத்தப் படுகிறது. ஏரி மீண்டும் பழைய நிலையை அடைந்து பயன்படுவதுடன் மீட்கப்பட்ட நிலங்களும், சாகுபடியின் கீழ்க் கொண்டு வரப்படும், புறம்போக்கு நிலங்கள், தழை உர உற்பத்திக்காகவும், விறகு மரங்களை நடுவதற்காகவும் பயன்படுத்தப்படும்.

ஏரியின் கொள் அளவு பழைய நிலையை அடைந்து விடுவதால், அந்த ஏரியின் கீழ் உள்ள பதிவான ஆயக் கட்டில் பாசன வசதி கிடைக்காத நிலங்களுக்கு மீண்டும் பாசன வசதி கிடைக்கும். இத் திட்டம், இரண்டாவது ஐந்தாண்டுத் திட்டத்தின் கீழ் ஒரு முன்னோடித் திட்டமாக மேற்கொள்ளப்பட்டது. முதற்கண் இது செங்கற்பட்டு மாவட்டத்தில் கொண்டு வரப்பட்டது. பின்னர், அது வட ஆற்காடு, தென் ஆற்காடு, இராமநாதபுரம் மாவட்டங்களிலும், திருச்சிராப்பள்ளி மாவட்டத்தைச் சேர்ந்த புதுக்கோட்டை டிவிஷனிலும் விஸ்தரிக்கப் பட்டது.

இத்திட்டம் இப்போது இம்மாநிலத்தின் எஞ்சிய பகுதிகளுக்கும் நீட்டிக்கப்பட்டுள்ளது.

கிணறு வசதி

அதிக உணவு உற்பத்தித்திட்டத்தின் கீழ்தனியார் துறைக்கு ஊக்கம் அளிப்பதற்காக 1958 - 58-ல் புதிய பாசனக்கிணறுகளை வெட்டுவதற்குக் கடன் வழங்கும் திட்டம் மீண்டும் கொண்டு வரப்பட்டது. கடனில் ஒரு பகுதியை உதவித்தொகையாக மாற்றிக்கொள்ளலாம். இது, திட்டத்தில் சேர்ந்த வேலையாகும். இதற்கு இந்திய அரசாங்க உதவியும் கிடைக்கும். இத்திட்டத்தின் கீழ் ஒவ்வொரு கிணற்றிற்கும் ரூ 2000 -க்கு மேற்படாத கடன் வழங்கப்படும்.

கோயம்புத்தூர் மாவட்டம், கோபிச் செட்டி பாளையம் தாலுகா தாளவாடி பிர்க்காவில் உள்ள பகுதிகள் நீங்கலாக மற்ற எல்லாப் பகுதிகளிலும் அக்கடன் வழங்கப்படும். தாளவாடி பிர்க்காவில் உள்ள பகுதிகள் மிகவும் பின் தங்கிய நிலையில் உள்ளதால், அங்கு கிணறு ஒன்றுக்கு ரூ 3000 வரையில் கடன் வழங்கப்படுகிறது. கடன் இரண்டு சம தவணைகளில் வழங்கப்படுகிறது. முதல் தவணை, கடன் அனுமதிக்கப்படும்போது வழங்கப்படுகின்றது. சம்மந்தப்பட்ட நபர் முதல் தவணைத் தொகையை முழுவதும் உபயோகித்த பின்பு இரண்டாவது தவணை வழங்கப்படும். நிர்ணயிக்கப்பட்ட விதத்தில் கிணற்றைப் பூர்த்தி செய்த பிறகு கிணற்று வேலையின் செலவில் 25 சதவிகிதம் (அதிக அளவு ரூ.500க்கு உட்பட்டு) உதவித் தொகையாகக் கருதப்படுகிறது.

1961 - 62 முதல் 1963 - 64 வரை புதிய கிணறு உதவித்தொகை திட்டத்தை நிறைவேற்றுவதில் நல்ல முன்னேற்றம் ஏற்பட்டுள்ளது.

1963 - 64-ல், 2,998 கிணறுகள் பூர்த்தியானதாக அறிவிக்கப்பட்டன. கிணறுகள் வெட்ட வழங்கிய தொகை ரூ.1,11.29 லட்சம். இதனால் பயனடைந்த பரப்பளவு 2,998 ஏக்கர். உற்பத்தி அதிகரிப்பு 1,499 டன்கள் ஆகும். 1965-ம் ஆண்டு ஜனவரி முடிய ரூ. 93.39 - லட்சம் கடன் வழங்கப்பட்டது. 1,699 கிணறுகள் பூர்த்தியானதாக அறிவிக்கப்பட்டன.

இறவைப் பாசனம்

இறவைப் பாசனத்திற்காக எண்ணெய் எஞ்சின்களையும், மின்சார மோட்டார் பம்பு செட்டுகளையும் வாங்க குடியானவர்களுக்குக் கடன்கள் வழங்கப்படுகின்றன. இத்திட்டம் முக்கியமாக வட்டார வளர்ச்சிப் பணியாளர்கள் மூலமாகவும், விவசாயத் துறை மூலமாகவும் நிறைவேற்றப் பட்டு வந்தது. 1963-ஏப்ரல் 1-ம் தேதி முதல் வட்டார வளர்ச்சி அதிகாரிகள் மூலமாக ரெவின்யூ துறையால் அது நிறைவேற்றப்பட்டுவருகிறது.

இத் திட்டத்தின் படி ரூ.40.04 வழங்கப்பட்டது. பயனடைந்த பரப்பளவு 10,470 ஏக்கர் ஆகும்.

துளைக் கிணறுகளை வெட்டுவதன் மூலமாகவும், வாடகைக் கொள்முதல் திட்டத்தின் கீழ் நீர் இறைக்கும் இயந்திரங்களை வழங்குவதன் மூலமாகவும், பூமிக்கடியில் உள்ள நீர் ஊற்றுகளைப் பயன்படுத்த வகை செய்யப்படுகிறது. இதற்காக ஒவ்வொரு விஷயத்திலும், ரூ. 8000 வரையில் கடன் வழங்கப்படுகிறது. மேலும், மொத்த செலவில் 10 சதவீதத்திற்குச் சமமான ஒரு தொகை உச்ச அளவு ரூ.2500-க்கு உட்பட்டு உதவித் தொகையாக வழங்கப்படுகிறது.

வடிமுனைக் கிணறுகள்

திட்டத்தின் கீழ் விவசாய காரியங்களுக்காக மணற் பாங்கான பகுதிகளில் சாத்தியமான இடங்களில் நீர் இறைப்பதற்காக வடிமுனைக் கிணறுகள் வெட்டப் படுகின்றன. இந்த பம்பிங் இயந்திரங்களை வாங்குவதற்காக நபர் ஒவ்வொருவருக்கும் ரூ. 3,000 வரை கடன் வழங்கப்படும். இத்தொகை ஐந்து சம தவணைகளில் வசூலிக்கப்படும்.

ஆற்றுப் படுகைகளில் கிணறுகளைத் தோண்டி அதிக சக்தியுடைய எண்ணெய் இன்ஜின்களை அல்லது மின்சார பம்புகளைக் கொண்டு நீர் இறைத்துப் பாசன வசதிசெய்துகொடுக்க ஒரு திட்டம் உள்ளது. இதன் மூலம் 50 ஏக்கருக்குக் குறையாமல் தொகுதியாக உள்ள நிலங்களுக்குப் பாசன வசதி செய்துகொடுக்கப்படும்.

மண் வளப் பாதுகாப்பு

மண்வளத்தைப் பாதுகாப்பதும் நமது திட்டங்களில் ஒன்றாகும். மூன்றாவது ஐந்தாண்டுத் திட்டத்தில் சமவெளிகளில் 3.20 லட்சம் ஏக்கரிலும், மலைப் பகுதியில் 10,000 ஏக்கரிலும் இத்திட்டத்தை நிறைவேற்ற உத்தேசிக்கப்பட்டுள்ளது. நீலகிரியில் சரிவுப் பாத்தி அமைத்ததின் விளைவாக, சராசரி 22.3 சதவீதம் உருளைக்கிழங்கு மகசூல் அதிகரித்துள்ளது. நில வளைவுக்கேற்ப கரை கட்டியதோடு நவீன முறையில் பண்படுத்திப் பண்ணைச் சாகுபடி மேற்கொண்டதன் பலனாக, மகசூல் அதிகரித்துள்ளது.

தரமான மூல வித்துக்கள், முதல் நிலை விதைகள் இரண்டாம் நிலை விதைகள் ஆகியவற்றின் உற்த்தியைப் பெருக்குவதும், மூன்றாண்டு கால அளவுக்குள் முறை வாரியாக நெல், திணைவிதைகளை வினியோகம் செய்வதும் நல்லமுறையில் பலனளிப்பவை ஆகும். மூல வித்துக்கள் அரசாங்க விதைப்பண்ணையில் பெருக்கப்படுகிறது.

இரண்டாம் நிலை விதைகளை உற்பத்தி செய்து வழங்கும் பொறுப்பு பஞ்சாயத்திடம் ஒப்படைக்கப்பட்டுள்ளது. மூலவிதைகளை உற்பத்தி செய்ய பஞ்சாயத்து, கிராம சகாயக்குகளை நியமிக்கிறது. மேலும் பஞ்சாயத்துக்கள் கிராம சகாயக்குகள் உற்பத்தி செய்யும் இரண்டாம் நிலை விதைகளைப் பெறுவதற்காக குடியானவர்களை நியமிக்கிறது.

நெல் மூல விதைகளைப் பொறுத்தவரை, மூன்றாவது திட்டத்தின் முதல் மூன்று ஆண்டுகளில் நிச்சயிக்கப்பட்ட இலக்காகிய 2,500 மெட்ரிக் டன்னுக்கு மேல் அல்லது அந்த அளவுக்கு நெல் மூல விதை உற்பத்தி செய்யப்பட்டது.

ரசாயன உர வகைகள்

ரசாயன உர வகைகளை விநியோகிப்பதற்கான திட்டம் அரசாங்க வர்த்தகத் திட்டமாக நம் மாநிலத்தில் நிறைவேற்றப்படுகிறது.

உரம் போட்டு பயிரிடுவது சம்பந்தமான செயல் முறை விளக்கம் இப்போது தானிய வகைகளுக்கும், நிலக்கடலை, பருத்தி, கரும்பு, வாழை, மரவள்ளிக் கிழங்கு, பருப்பு வகைகள், மிளகாய், முட்டைகோஸ் போன்ற பயிர்களுக்கும் செய்து காட்டப்படுகிறது.

எல்லா வட்டாரங்களிலும் கிராம எருக்குழி வள உற்பத்தி சிறப்பாகக் கவனம் செலுத்தப்பட்டு வளர்ச்சி பெற்று வருகிறது. நிர்ணய அளவுக்குழி ஒவ்வொன்றுக்கும் முதல் நிரப்புதலுக்கு ரூ 6-ம், அதை அடுத்து தொடர்ந்து நிரப்புவதற்கு ஒவ்வொரு குழிக்கும் ரூபாய் மூன்றும் ஒவ்வொரு குடியானவருக்கும் இப்போது உதவிப்பணம் அளிக்கப்படுகிறது. பஞ்சாயத்துக்கள் நிர்வகிக்கும் குழிவளக் கூடங்களுக்கு ஒவ்வொரு குழிக்கும் அரசாங்கம் அளித்து வந்த நான்கு ரூபாய் மானியம் ஆறு ரூபாயாக உயர்த்தப்பட்டுள்ளது.

எருக் குழி திட்டம்

நகர்ப்புறக் குழி எருத்திட்டம் 72 நகராட்சிகளிலும், 311 அறிக்கையிடப்பட்ட பஞ்சாயத்துக்களிலும் செயல்படுத்தப்பட்டு வருகிறது. சென்னை மாநகராட்சி, மேட்டூர், கோடைக்கானல்,

பவானிசாகர், நெய்வேலி, குற்றாலம் ஆகிய இடங்களில் இத்திட்டம் செயல்பட்டு வருகிறது.

பயிர்களுக்கு உண்டாகும் பூச்சித் தொல்லைகளையும், நோய்களையும் கட்டுப்படுத்துவதற்கான திட்டம், இம்மாநிலத்தில் 1949-ம் ஆண்டு முதல் செயல்பட்டு வருகிறது. பயிர்களைப் பீடிக்கும் பூச்சிகளையும், நோய்களையும்

கட்டுப்படுத்த ரசாயன ஏற்பாடுகளை உழவர்கள் கையாளச் செய்வது அவசியமாகும்.

இதற்கான திட்டத்தின் கீழ், உணவுப்பயிர்களுக்காக 25 சதவிகிதம் சலுகையில் பூச்சி கொல்லி மருந்து விற்கப்படுகின்றன. பருத்தி எண்ணெய் வித்துக்கள், கரும்பு போன்ற உணவுப் பயிரல்லாத மற்றவைகளுக்கும் 50 சதவீதக் குறைந்த விலைக்குப் பூச்சிக் கொல்லிகள் விற்கப்படுகின்றன.

பூச்சிக் கொல்லி மருந்துகள்

உணவுப் பயிர்களுக்குப் போடும் பூச்சிக்கொல்லி மருந்துகளின் விற்பனைக்குக் கொடுக்கப்படுகிற உதவித் தொகையை இந்திய அரசாங்கம் ஏற்றுக்கொள்கிறது. உணவுப் பயிரல்லாத பிறவற்றிற்கு வழங்கப்படும் தொகையை மாநில அரசாங்கமும், இந்திய அரசாங்கமும் பகிர்ந்து கொள்கின்றன.

நச்சுத் தன்மையுள்ள பூச்சி மருந்துகளை வழங்கும் வேலை கூட்டுறவு சங்கங்களிடம் ஒப்படைக்கப்பட்டுள்ளது. கையினால் இயக்கும் மருந்து பீச்சாங் குழல்களையும், மருந்து தெளிக்கும் கருவிகளையும் வாங்குவதற்கு உழவர்களுக்கு அவற்றின் விலையில் 50 சதவீதம் உதவித் தொகை வழங்கப்படுகிறது.

வாணிபப் பயிர்களின் அபிவிருத்தி விஷயத்தில் விசேஷ கவனம் செலுத்தப்பட்டுள்ளது. மூன்றாவது, திட்ட இறுதியில் பருத்தி 5.20 லட்சம் பேல்களும், கரும்பு (வெல்லம்) 7.75 லட்சம் மெட்ரிக் டன்களும், எண்ணெய் வித்துக்கள் 13.94 லட்சம் மெட்ரிக் டன்களும் உற்பத்தி செய்யப்படும் என்று எதிர்பார்க்கப்படுகிறது.

புதிய ரக பருத்தி

கன்னியாகுமரி மாவட்டத்தில் “சீ ஐலண்டு ஆண்ட்ரூஸ்” என்ற ஒருவகைப் பருத்தியை அதற்குப் பொருத்தமான பகுதிகளில் சாகுபடி செய்ய ஆராய்ச்சி நடத்தப்படுகின்றன. கோயம்புத்தூரில் “பிர்காம்” நிலையத்தில் ரஷ்யாவில் இருந்துகொண்டு வரப்பட்ட பருத்தி வகைகளைப் பயன்படுத்தித் தீவிர ஆராய்ச்சி செய்யப்பட்டது. இந்த ஆராய்ச்சியின் மூலம் புது வகை பருத்தி ஒன்று கண்டுபிடிக்கப்பட்டுள்ளது. இதன் பெயர் “பிர்காம் ரஷ்ய ரகம் 72”. இந்த ரகம் மிகுந்த பொருளாதார மதிப்பு வாய்ந்ததாகும். இவ்வகைப் பருத்திச் செடி மிகச் சிறியதாக இருக்கும் பொழுதே காய்த்து விடுகிறது. மிக விரைவில் பலன் அளிக்கிறது. 125 நாட்களுக்கு மேற்படாத கால அளவுக்குள் பலன் கிட்டி விடுகிறது. இந்த வகைப் பருத்தி இழைகளின் குறைந்த அளவு 0.97 அங்குலமாகும். அதன் விதை நீக்கச் சதவிகிதம் 36 ஆகும்.

மேற்படி ரகத்தைச் சேர்ந்த பருத்தி மிக விரைவில் பலன் தருவதால் அதை நெல் விளைந்த தரிசுநிலங்களிலும் சாகுபடி செய்வதன் மூலம் உற்பத்தியை மேலும் பெருக்க முடியும். விசேஷமாக நெல் அறுவடைக்குப் பிறகு அவ்வயல்களில் பருத்தியை உற்பத்தி செய்வதன் மூலம் அதன் உற்பத்தி அதிகரிக்கிறது.

கரும்பு உற்பத்தி

இரண்டாவது திட்ட முடிவில் *6.75* லட்சம் மெட்ரிக் டன் கரும்பு வெல்லம் - உற்பத்தி செய்யப்பட்டது. *1963 - 64*-ல் *7.28* லட்சம் மெட்ரிக்டன்னும், *1964-65*ல் *7.58* லட்சம் மெட்ரிக் டன்னும் உற்பத்தி செய்யப்பட்டது.

கரும்பை நிலத்தில் இருந்து தொழிற்சாலைக்கு எளிதாகவும், விரைவாகவும் கொண்டு செல்ல வசதியாயிருக்கும் பொருட்டு, புதிய சாலைகளை அமைக்கும் வேலையும், தற்போதுள்ள மண்சாலைகளைச் செப்பனிடும் வேலையும், மேற்கொள்ளப்பட்டன. *1961 - 62*-ல் *8.5* மைல் நீளத்திற்கும், *1963 - 64*-ல் *4* மைல் நீளத்திற்கும் சாலைகள் போடப்பட்டன. *1961-62*-ல் *11* சிறு பாலங்களும் *1963-64*-ல் ஒரு சிறு பாலமும் கட்டப்பட்டன.

எண்ணெய் வித்துக்களான நிலக்கடலை, எள் ஆமணக்கு ஆகிய மூன்றின் வளர்ச்சியிலும் சிறப்பாக கவனம் செலுத்தப்படுகிறது. தீவிரச் சாகுபடி மூலமாகவும் சாகுபடி விஸ்தரிப்பு வேலைகள் மூலமாகவும் உற்பத்தி அளவு அதிகமாகும். தரமான விதைகளை வழங்குவது மூலமாகவும், உரங்களையும் - உரக்கலவைகளையும் வழங்குவது மூலமாகவும், செடிப் பாதுகாப்பு நடவடிக்கைகளை மேற்கொள்ளுவதன் மூலமாகவும் வேலை நடந்து வருகிறது.

முந்திரித் தோட்டம்

முந்திரித் தோட்டங்களை நிறுவுவதற்குப் பயனுள்ள நடவடிக்கைகள் மேற்கொள்ளப் படுகின்றன. ஒவ்வோர் ஆண்டும் *2,000* ஏக்கராவாக *10,000* ஏக்கரில் முந்திரி சாகுபடி செய்வதாக முதலில் திட்டமிடப்பட்டது. பின்னர் *1963 - 64*-ல் இராமநாதபுரம் கரையோரப் பகுதிகளில் மற்றும் *10,000* ஏக்கரில் முந்திரி சாகுபடி செய்து முந்திரித் தோட்டங்ளை அதிகப்படுத்தத் தனித்திட்டம் ஒன்று வகுக்கப்பட்டது.

தென்னம்பிள்ளைகளின் தேவை அதிகரித்துக்கொண்டே வருகிறது. இதற்காகத் தென்னை வளர்ப்புப் பண்ணைகளின் எண்ணிக்கை *13*-ல் இருந்து *15*-ஆக உயர்த்தப்பட்டுள்ளது. தென்னம் பிள்ளைகளின் ஆண்டு உற்பத்தி *3.23* லட்சத்தில் இருந்து *4* லட்சமாக உயர்த்தப்பட்டுள்ளது.

பாக்கு உற்பத்தியை அதிகரிப்பதிலும் தக்க நடவடிக்கை எடுக்கப்படுகிறது. தரமுள்ள நாற்றுக்களை விநியோகிப்பதும், தெளிப்பான்கள் உபயோகிப்பது உட்பட காப்பு நடவடிக்கைகளும் இந்த வகையில் முக்கியமானவையாகும். நீலகிரியில் கல்லார், கடலூர் ஆகிய இடங்களிலும், திருநெல்வேலி மாவட்டத்தில் குற்றாலத்திலும், கன்னியாகுமரி மாவட்டத்தில் கோடிக்கரையிலும், மதுரை மாவட்டத்தில் பெரியகுளத்திலும் பாக்கு நாற்றுப் பண்ணைகள் செயல்பட்டு வருகின்றன.

பழத்தோட்டங்கள்

நமது மாநிலத்தில் புதிய பழத்தோட்டங்கள் அமைப்பதில் தனிக் கவனம் செலுத்தப்படுகிறது. மூன்றாவது ஐந்தாண்டு திட்ட காலத்தில் புதிய பழத்தோட்டங்களுக்காக ஒதுக்கப்பட்ட 5,000 ஏக்கரில் 1961 - 62-ல் 829 ஏக்கரிலும், 1962 - 63-ல் 1,010 ஏக்கரிலும், 1963 - 64-ல் 1,195 ஏக்கரிலும் பழத்தோட்டங்கள் அமைக்கப்பட்டன.

இப்போதுள்ள பழத்தோட்டங்கள் சிறிய அளவில் சீரமைத்துப் புதுப்பிக்கப்படுகின்றன. மாதிரிப் பழத் தோட்டங்களை நிறுவி விதைகளை விநியோகிப்பதிலும் விசேஷ கவனம் செலுத்தப்பட்டு வருகிறது.

1964 - 65-ல் வட ஆற்காடு மாவட்டத்தில் வாழை வளர்ப்பிற்காக அதிதீவிர திட்டம் ஒன்று புதிதாகப் புகுத்தப்பட்டது.

முக்கிய நகரங்களிலும், அவைகளைச் சுற்றிலும், காய்கறி பெருக்குவது பற்றித் தொடர்ந்து தனிக்கவனம் செலுத்தப்பட்டு வருகிறது. வர்த்தக விளைபொருள் சந்தைக் கூட்டத்தைச் சென்னை மாநகரில் மட்டுமின்றி வேலூர், சேலம், ஈரோடு, தஞ்சாவூர் ஆகிய நகரங்களிலும் செயல்படுத்துவதுடன், சென்னை மாநகரில் பணி அறைச்சாதனம் ஏற்படுத்துவதும் மேற்படித் திட்டத்தின் சிறப்பு அம்சங்களாகும்.

விவசாய ஆராய்ச்சி

கோவையில் உள்ள விவசாயக் கல்லூரி ஆராய்ச்சி நிறுவனத்தில் விவசாய ஆராய்ச்சிப் பணி நடைபெறுகிறது. விவசாய அறிவியலில் பல்வேறு துறைகளின் கீழ் அடிப்படை ஆராய்ச்சி - செய்முறை ஆராய்ச்சிப் பணிகளை மேற்கொள்ள மொத்தம் 16 ஆராய்ச்சிப் பிரிவுகள் உள்ளன. இத்துடன் ஆடுதுறை, திண்டிவனம், கோயில்பட்டி ஆகிய இடங்களிலுள்ள வட்டார ஆராய்ச்சி நிலையங்களில் தீவிர ஆராய்ச்சிப் பணி நடைபெறுகிறது.

கடலூரில் உள்ள மத்திய கரும்பு ஆராய்ச்சி நிலையத்தில் கரும்பு பற்றிய ஆராய்ச்சி வேலையும் நடைபெற்று வருகிறது. பெரியகுளம் பழ ஆராய்ச்சி நிலையத்தில் பழங்களைச் சிறந்த முறையில் உற்பத்தி செய்வது பற்றிய ஆராய்ச்சி வேலை நடைபெற்று வருகிறது. இவற்றுடன் இந்திய விவசாயக் குழு, பயிர்ப் பொருட்கள் குழு ஆகியவற்றின் நிதி உதவியோடு 66 திட்டங்கள் தயாரிக்கப்பட்டுள்ளன.

விதைப் பெருக்கத்தின் பல்வேறு நிலைகளில் விதைகளின் சுத்தம், எவ்வளவு நாள் கெட்டுப்போகாமல் விதைகள் பாதுகாக்கப்படலாம் என்பதைச் சோதனைக் கூடத்தில் விதைகளைப் பரிசோதித்துக் குடியானவர்களுக்குத் தரமான விதைகள் வழங்கப்படும். மண் வளப் பரிசோதனை ஆய்வுக்கூடங்களும், பயிர்ப் பூச்சி மருந்து பரிசோதனைக் கூடங்களும். இப்பணிகளைச் செவ்வனே நிறைவேற்றி வருகின்றன.

உருளைக் கிழங்கு கருகல் நோய் "லேட் பிளைட்", "கோல்டன் நெமடோட்" போன்ற நோய்கள் உருளைக் கிழங்குப் பயிரை பீடித்திருப்பதால் உருளைக்கிழங்கு வியாபாரத்தில் பல இன்னல்களைத் தீர்க்கவேண்டியிருக்கிறது. "நெமடோ" பூச்சியை ஒழிக்க உதக மண்டலத்தில் ஆராய்ச்சி செய்யப்படுகிறது. நோய் நீங்கிய உருளைக் கிழங்கு உற்பத்தி ஆராய்ச்சி நிலையம் உதகமண்டலத்தில் ஏற்படுத்தப்பட்டுள்ளது.

வர்த்தகக் குழுக்கள்

தமிழ்நாட்டில் இப்போது முறைப்படுத்தப்பட்ட 75 வர்த்தகக் குழுக்கள் உள்ளன. 1965-ம் ஆண்டுத் தொடக்கத்தில் 66 வர்த்தக் குழுக்கள் இருந்தன. தற்போது மேலும் 9 குழுக்கள் ஆரம்பிக்கப்பட்டன.

"அக்மார்க்" சின்னத்தின்கீழ் பொருள்கள் தரப் படுத்தப்படுவதன்மூலம், பொருள்கள் சுத்தமாகவும், தரமானதாகவும் கிடைக்கின்றன. 'அக்மார்க்' முத்திரையிடுவதனால் விற்பவர்க்கும் வாங்குபவருக்கும் சரக்கு உத்திரவாதம் கிடைக்கிறது.

நம் மாநிலத்தில் நெய், எண்ணெய் ஆகியவைகளைத் தரப்படுத்துவதற்கு ஆறு ஆய்வுக்கூடங்கள் உள்ளன. இவை முறையே ஈரோடு, கோவை, கரூர் சென்னை, மதுரை, விருதுநகர் ஆகிய இடங்களில் உள்ளன. நெல், நிலக்கடலை, வெல்லம், உருளைக் கிழங்கு, சாத்துக்குடி, ஆரஞ்சு, மாம்பழம் ஆகியவை வர்த்தக ரீதியில் தரப்படுத்துவதன் நன்மை உற்பத்தியாளருக்குக் கிடைக்கிறது.

நமது கால்நடைச் செல்வம்

நமது நாட்டின் பொருளாதாரத்தில் விவசாயம் மிக முக்கியமான அங்கம் வகிக்கிறது. உற்பத்தியைப் பெருக்குவதிலும், உழவு வேலைகளுக்கு இன்றியமையாததாகவுமுள்ள மாட்டுச் செல்வத்தை வளர்த்துப் பேணுவதிலும் நாம் தனிக்கவனம் செலுத்தி வருகிறோம். நமது மாநிலத்திற்கு வேண்டிய ஊட்டச் சத்து நிறைந்த உணவுப் பொருள்களைக் கிடைக்கச் செய்வதிலும், தரமான பால், முட்டை, இறைச்சி இவை கிடைக்கச் செய்வது, உயர்ந்த ஜாதி எருதுகள் கிடைக்கச் செய்வது, கம்பளி, ஆட்டுத் தோல் போன்ற பொருள்களை உற்பத்தி செய்வது ஆகிய வேலைகளிலும் தீவிர கவனம் செலுத்தி வருகிறோம்.

நோய்க் கட்டுப்பாடு

மாவட்டங்களில் அமைந்துள்ள கால்நடை மருத்துவ நிலையங்கள், கால்நடைச் சுகாதாரம் பேணும் வேலைகளையும் நோய்க் கட்டுப்பாடு வேலைகளையும் மேற்கொள்கின்றன. அரசாங்கக் கால்நடைப் பண்ணைகளிலும், கிராம மையத்திட்டத்தின் மூலமாகவும் உயர்தரக் கால்நடைகள் மூலம், உள்ளூர் இன வகைகளில் தரத்தையும் உயர்த்த வழி செய்யப்படுகிறது.

சென்னை கால்நடை மருத்துவக் கல்லூரி நமது நாட்டின் தலைசிறந்த கல்லூரிகளில் ஒன்றாகும். கால்நடை வளர்ப்பைச் சேர்ந்த பல திட்டங்களை நிறைவேற்றுவதற்குத் தேவையான கால்நடை மருத்துவர்களுக்கு இக்கல்லூரி பயிற்சி அளிக்கிறது. கால்நடைகளுக்கு அந்தந்தப் பருவ காலங்களில் ஏற்படும் தொத்து நோய்களைத் தடுப்பதற்கு வேண்டிய தடுப்பு மருந்துகளும், அம்மைப்பால்களும், இராணிப்பேட்டையில் உள்ள கால்நடை நோய்த் தடுப்பு நிலையத்தில் தயாரிக்கப்படுகின்றன.

மையக் கிராமத் திட்டம்

நமது மாநிலத்தில் ‘மையக் கிராமத் திட்டம்’ அமுல் நடத்தப்பட்டு வருகிறது. குறிப்பிட்ட சில பகுதிகளில், கால்நடை உணவு, இனப் பெருக்கம், நிர்வாகம், நோய்த்தடுப்பு ஆகிய நடவடிக்கைகள் மூலம், விஞ்ஞான முறையில் கால்நடைப் பேணுதலில் ஏற்றம் காணும் நோக்கம் கொண்டது மையக் கிராமத் திட்டம். இத்திட்டத்தின் கீழ் *1963 - 64*-ல் *57*மையக் கிராமச்செயற்கை முறைக் கருத்தரிப்பு நிலையங்களும், *454* மையக் கிராமங்களும் நிறுவப்பட்டன.

1964 - 65-ல் அப்போது செயல்பட்டு வந்த செயற்கை முறைக் கருத்தரிப்பு நிலையங்கள் மையக் கிராம வட்டாரங்களாக மாற்றப்பட்டன.

மையக் கிராம நிலையங்களைத்தவிர, நகர்ப்புற, கிராமப் பகுதிகளில் கறவை மாடுகளின் வளர்ச்சிக்காக 29 செயற்கை முறைக் கருத்தரிப்பு நிலையங்களும் செயல்பட்டு வருகின்றன.

எழுபத்தி மூன்று மையக் கிராம விஸ்தரிப்பு நிலையங்கள் இப்போது செயல்பட்டு வருகின்றன. ஒவ்வொரு நிலையத்திலும் 50 நல்ல இன எருதுகளும் "முர்ரா" வகையைச் சேர்ந்த எருமைகளும் உள்ளன. இவை மையக் கிராமப் பகுதிகளிலிருந்து இனப் பெருக்கம் செய்யப்பட்டவை ஆகும். மையக் கிராமப் பகுதிகளில் கன்று வளர்ப்பு உதவித்திட்டம் தொடர்ந்து செயல்பட்டு வருகின்றது. 1964 - 65-ல் 2,000 கன்றுகள் இத்திட்டத்தின் கீழ்ச் சேர்க்கப்பட்டுள்ளன.

கால் நடைத் தீவனம்

கால் நடைத் தீவன - தழைஉர அதிகரிப்புத் திட்டம், மையக் கிராம வட்டாரங்களில் நிறைவேற்றப்படுகிறது. இத்திட்டத்தின் கீழ், அபிவிருத்தி செய்யப்பட்ட மேய்ச்சல் நிலங்கள் பண்படுத்தப் படுகின்றன. தீவனப் பயிர்களின் விதைகள், புல் இவை குடியானவர்களுக்குப் பாதி விலையில் வழங்கப்படுகின்றன. உமிநீக்கும் சாதனங்கள் சகாய விலையில் வழங்கப்படுகின்றன. தீவனக் குழிகள் அமைக்கவும், குறுகியகால தீவனப் பயிர்வளர்க்கவும், எப்பொழுதும் கிடைக்கும் தீவனச் செடிகளை வளர்க்கவும் உதவித் தொகை வழங்கப்படுகின்றன.

ஓசூர், புதுக்கோட்டை, ஒரத்தநாடு, செட்டிநாடு, உதகை ஆகிய இடங்களில் பல கால்நடைப் பண்ணைகள் நடத்தப்பட்டு வருகிறன. 1963 - 64 பிற்பகுதியில் திருநெல்வேலி மாவட்டம், அபிஷேகப்பட்டியில் கால்நடைப் பண்ணை ஒன்று நிறுவப்பட்டது. இப்பண்ணை 2,080 ஏக்கர் நிலத்தில் அமைக்கப்பட்டுள்ளது. இங்கு தார்பார்கர், சிந்தி, முர்ரா வகை மாடுகள் வளர்க்கப்படுகின்றன.

இராமநாதபுரம் மாவட்ட கால்நடைப்பண்ணையில், நிறுவப் பட்டுள்ள மாநிலக் கால்நடை ஆய்வு நிலையத்தில் கால்நடை ஊட்டச்சத்து பிரிவு செயல்பட்டு வருகிறது.

ஓசூர் கால்நடை ஆராய்ச்சி நிலையத்திலும், செங்கற்பட்டு செம்மறியாட்டுப் பண்ணையிலும், புதுக்கோட்டையில் உள்ள மாவட்ட கால்நடைப்

பண்ணையிலும் நிறுவப்பட்டுள்ள பன்றி வளர்ப்புப் பிரிவுகள் தொடர்ந்து செயல்பட்டு வருகின்றன. **1964 - 65**-ல் மேலும் இரண்டு பன்றி வளர்ப்பு வட்டாரங்கள் செயல்பட்டு வருகின்றன.

நமது நாட்டில் உள்ள குன்றுப் பகுதிகளிலும் பீட பூமிப் பகுதிகளிலும் உள்ள நாட்டு மாடுகளுடன் 'ஜெர்சி' மாடுகளைக் கொண்டு இனக்கலப்புச் செய்ய பல நிலையங்கள் பணியாற்றுகின்றன. இதன் தலைமை அலுவலகம் உதகமண்டலத்தில் உள்ளது.

உயர்ந் தரகக் கன்றுகள்

குன்றுப் பகுதிகளிலும் பீடபூமிப் பகுதிகளிலும் உள்ள மாடுகளைக் கலக்கச் செய்து உயர்ந்த ரகக் கன்றுகளை அடையும் நோக்கத்துடன் ஜெர்ஸி முறைக் கருத்தரிப்புத் திட்டம் தொடங்கப் பட்டது. மலைஜாதி மாடுகளை அபிவிருத்தி செய்வதே இத்திட்டத்தின் நோக்கமாகும். இதன் தலைமை அலுவலகம் கோடைக்கானலில் உள்ளது. இதனுடன் 5 துணை நிலையங்களும், 8 கீழ் நிலையங்களும் இணைக்கப்பட்டுள்ளன. செயற்கை முறைக் கருத்தரிப்பு மூலம் உள்ளூர் மாடுகளை ஜெர்ஸி காளைகளுடன் கலக்கச் செய்து இனப்பெருக்கம் செய்வதும் பால் உற்பத்தியை அதிகரிப்பதும் இத்திட்டத்தின் நோக்கங்களாகும்.

செங்கற்பட்டு மாவட்டத்தில் உள்ள அலமாதியில் பால் வற்றிய மாடுகளுக்கான காப்புப் பண்ணையும், அதனைச் சார்ந்து மாதவரம் பால் பண்ணையில் தொழிற்படும் பண்ணையும் தொடர்ந்து செயலாற்றி வருகின்றன. சென்னை நகரிலும், மாதவரம் பால் பண்ணையிலும் உள்ள கறவைமாடுகள் பால் வற்றும் காலத்தில் அவற்றிற்கு இடம் அளித்து அவற்றைச் சொந்தக்காரரிடம் ஒப்படைப்பதே இப்பண்ணையின் நோக்கமாகும்.

உதகமண்டலம் செம்மறியாடு வளர்ப்பு ஆராய்ச்சி நிலையத்தில் சிறந்த கம்பளி தயாரிப்பு, இறைச்சி இவற்றுக்கான வேலை திட்டம் எடுத்துக்கொள்ளப் பட்டிருக்கிறது. இதுவரை செம்மறியாடு, கம்பளி விரிவு நிலையங்கள் 28 ஏற்படுத்தப்பட்டுள்ளன. இதில் 7 செம்மறியாடு வளர்ச்சிப் பண்ணைகளாகும். இந்த நிலையங்களிலும், பண்ணைகளிலும், செம்மறியாடு, வெள்ளாடுகளில் புழு உண்ணி இவை பீடிப்பதைத் தடுப்பது எவ்வாறு என்பதைச் செய்முறையாக விளக்கிக் காட்டுவதன் பலனாய் இப்பகுதிகளில் வளர்க்கப்படும் செம்மறியாடுகளின் தரம் கணிசமாக முன்னேறியுள்ளது.

கோழிப் பண்ணைகள்

கோழிப்பண்ணைகள் வைப்பது மக்களிடையே வெகுவாகப் பரவி வருகிறது. தனி நபர்கள் பெருவாரியாக உற்சாகத்துடன் கோழிப்பண்ணை ஆரம்பித்து வருகிறார்கள். இரண்டாவது திட்ட காலத்தில் ஏற்படுத்தப்பட்ட 28 நிலையங்களுடன் மொத்தம் 55 கோழிப்பண்ணைகள் தொடர்ந்து செயல்பட்டு வருகின்றன. கோழிப்பண்ணை விரிவு நிலைய வளர்ச்சித் திட்டத்தின் கீழ் இதுவரை 100 முட்டைகளிடும் 4 கோழிப்பண்ணை விரிவு நிலையங்கள் 500 முட்டைகளிடும் விரிவு நிலையங்களாக மேம்படுத்தப் பட்டுள்ளன.

காட்டுப்பாக்கத்தில் உள்ள செம்மறியாட்டுப் பண்ணையில் கோழிக் குஞ்சுகளை வளர்க்கும் திட்டம் செயல்படுகிறது. கோழி இவை வளர்ச்சிக் காரியங்களுக்காக இதுவரை 11,128 கோழிக் குஞ்சுகள் வழங்கப்பட்டன.

கிராமக் கோழிப்பண்ணை வளர்ச்சித் திட்டத்தின் கீழ் தேர்ந்தெடுக்கப்பட்ட வளர்ச்சி வட்டாரங்கள் ஒவ்வொன்றுக்கும் சிறந்த சீமைச் சாதியைச் சேர்ந்த குஞ்சுகள் விநியோகிக்கப்பட்டன. இத்திட்டத்தின் கீழ் 1964 - 65ல், 45 வளர்ச்சி வட்டாரங்கள் தேர்ந்தெடுக்கப்பட்டன. மொத்தம் 9,000 சேவற் குஞ்சுகள் விநியோகம் செய்யப்பட வேண்டும் என்று திட்ட இலக்கு இருக்க, ஒவ்வொரு வட்டாரத்திற்கும் 200 கோழிக்குஞ்சுகள் என்ற விகிதத்தில் 6,500 குஞ்சுகள் இதுவரை வழங்கப்பட்டுள்ளன.

நவீன முறை

கோழிப் பண்ணை வளர்க்கும் குடியானவர்களுக்கு நவீன முறைகளில் கோழிப் பண்ணை வளர்ப்பது எவ்வாறு என்பது குறித்து பயிற்சி கொடுக்கப்படுகிறது. தேனாம்பேட்டையில் உள்ள கோழிப்பண்ணை ஆராய்ச்சி நிலையத்திலும், செட்டிநாட்டில் உள்ள இராமநாதபுரம் மாவட்ட கால்நடைப் பண்ணையிலும், ஒசூரில் உள்ள கால்நடைப் பண்ணையிலும் இப்பயிற்சி கொடுக்கப்படுகிறது. 1964 - 65-ல் 184 குடியானவர்களுக்குப் பயிற்சி கொடுக்கப்பட்டிருக்கிறது.

கோழிக்குஞ்சு வளர்ப்பவர்களுக்கு ஒருநாள் வயதுள்ள கோழிக்குஞ்சுகள் விநியோகிக்கப்படுகின்றன. ஒவ்வொரு கோழிக்குஞ்சுக்கும் 50 காசு வீதம் கோழி வளர்ப்பவர்களுக்குக் கொடுக்கப்படுகிறது. 1964 - 65ல் 14000, கோழிக்குஞ் கள் வழங்கப்பட்டுள்ளன. இன்னும் 20,000 கோழிக்குஞ்சுகள் வழங்கப்படும்.

கோழி வளர்ப்புப் பெட்டிகளை அமைத்துக் கொள்வதற்காக கோழி வளர்ப்புப் பண்ணை வைத்திருக்கும் குடியானவர்களுக்கு உதவி அளிக்கப்படுகிறது.

1964-65-ல், 353 கோழிவளர்ப்புப் பெட்டிகள் அமைப்பதற்கு உதவி அளிக்கப்பட்டது. இத்திட்டம் தொடர்ந்து நிறைவேற்றப்படும். அடைகாக்கும் கருவிகளை மலிவான விலைகளில் வழங்குவதற்காகக் கோழி வளர்ப்பவர்கள் ஒவ்வொருவருக்கும் அதிக அளவு ரூ.280-க்கு மேற்படாமல் பாதி விலையில் அடைகாக்கும் கருவிகள் வழங்கப்படுகிறது.

நமது மாநிலத்தில் சத்துணவுத் திட்டம் யூனிசெஃப் (Unicef) நிறுவனத்தாரின் உதவியுடன் செயல்பட்டு வருகிறது. இத்திட்டத்தின் கீழ் கர்ப்பிணிகளுக்கும், சிசுக்களுக்கும், தாய்மார்களுக்கும், சிறுபாலர்களுக்கும் முட்டை விநியோகம் செய்யப்படுகிறது. இத்திட்டத்தின் கீழ் கிராம விஸ்தரிப்புப் பணி நிலையங்களில் உள்ள 7 தலைமையிடங்களில் கோழிப் பண்ணை விரிவு நிலையங்கள் ஏற்படுத்தப்பட்டுள்ளன. இந்த 7 நிலையங்களிலும் பெரிய அளவில் அடை காக்கும் கருவிகள் ஏற்படுத்தப்பட்டுள்ளன. தீவன அரைப்புக் கருவிகளும், தீவனக் கலப்புக் கருவிகளும் ஏற்படுத்தப்பட்டுள்ளன. ஆரம்பிக்க உத்தேசித்துள்ள 290 கிராம கோழிப்பண்ணைப் பிரிவுகளில் இதுவரை 229 பிரிவுகள் நிறுவப்பட்டுவிட்டன. கிராமக் கோழிப் பண்ணைகளில் இருந்து இதுவரை 3,83,361 கோழி முட்டைகள் வழங்கப்பட்டன.

கால்நடை மருத்துவக் கல்லூரி

சென்னை கால்நடை மருத்துவக் கல்லூரி, இந்தியாவிலேயே முதன்மையான, தலைசிறந்த கல்லூரியாகும். இந்தக் கல்லூரியில் பிற மாநிலங்களில் இருந்து வந்த மாணவர்களும் பயில்கிறார்கள். இங்கு கால்நடை வளர்ப்புத் துறையின் பல்வேறு பிரிவுகளுக்குத் தேவைப்படும் பணியாளர்களுக்குப் பயிற்சி அளிக்கப்படுகிறது. இந்தக் கல்லூரியில் கால்நடை மருத்துவக்கல்வி, மருத்துவ ஆராய்ச்சி சென்னை பல்கலைக்கழக பி.வி.எஸ்ஸி. பட்ட படிப்பில் மருத்துவப் பாட முறைப் பயிற்சி ஆகியவற்றிற்கு வசதிகள் அளிக்கப்படுகின்றன. நவீனமுறைகளில் தோலுரிப்பு பாடப் பயிற்சியும் இக்கல்லூரியில் அளிக்கப்படுகிறது. பி.வி.எஸ்ஸி. பட்டப் படிப்புக்கான இடங்களின் எண்ணிக்கை 1964 - 65-ம் ஆண்டு முதல் 120- லிருந்து 136 ஆக உயர்த்தப்பட்டது.

இந்தக் கால்நடை மருத்துவக் கல்லூரியில் கால்நடைப் பணியாளர்களுக்கு 11-மாதப் பயிற்சி அளிக்கப்படுகிறது. இவர்கள் கால்நடை உதவி மருத்துவர்களுக்குத் துணையாக இருப்பார்கள். நமது மாநிலத்தில் ஓசூர், ஒரத்தநாடு, செட்டி நாடு, புதுக்கோட்டை ஆகிய இடங்களிலுள்ள கால் நடைப் பண்ணைகளில் இந்தப் பயிற்சி முறை ஒரே சமயத்தில் நடத்தப் படுகின்றன. இந்த நிலையங்களில் ஆண்டு தோறும் 250 பேர் பயிற்சி பெறுகின்றனர்.

சென்னையிலும், பிற மாவட்டங்களிலும், கால் நடைத் தோலுரிப்புத் தொழிலில் ஈடுபட்டவர்களுக்கு 3 மாதப் பயிற்சி அளிக்கப்படுகிறது. சென்னை கால்நடை மருத்துவக் கல்லூரியில் மேற்சொன்ன வகுப்புகளை நடத்துவதோடு கூட எம்.எஸ்ஸி., பி.எச்.டி, பட்டம் பெறுவதற்காகவும் இக்கல்லூரியின் பல்வேறு துறைகளில் பட்ட மேற்படிப்பு வசதிகளும் செய்து கொடுக்கப்பட்டு வருகின்றன. இப்போது இக்கல்லூரியில் 624 மாணவர்கள் பயிற்சி பெற்று வருகிறார்கள்.

கால்நடை நோய்கள்

கால்நடைகளுக்கு ஏற்படும் கோமாரி, பிளாக் குவார்ட்டர் (Black Quarter), ஹெமொரோஜிக் செப்டிக்கேமியா (Haemorrhagic Septicamia), அடைப்பான் முதலிய நோய்களுக்கும், கோழிகளுக்கு ஏற்படும் ராணிகட், கோழி அம்மை முதலிய நோய்களுக்கும், ஆடுகளுக்கு வரும் அம்மை நோய்களுக்கும்,தேவையான மருந்துகள் இராணிப்பேட்டையில் உள்ள கால்நடை நோய்த் தடுப்பு மருந்து நிலையத்தில் உற்பத்தி செய்யப்படுகின்றன.

நவீன முறையில் அம்மைப்பால் தயாரிக்கும் பொருட்டு உறைந்து உலர்த்தும் இயந்திரம் ஒன்றும் இந்த நிலையத்தில் அமைக்கப்பட்டுள்ளது. எல்லா வகை அம்மைப்பாலும் இந்த நிலையத்தில் தயாரிக்கப்பட்டு உறைந்தும் உலத்தப்பட்ட வடிவில் அளிக்கப்படுகிறது. இந்த நிலையம் மற்ற மாநிலங்களுக்கும் நோய்த்தடுப்பு மருந்துகளை வழங்குகிறது. இங்கு அம்மைப் பாலின் தரத்தை உயர்த்துவது குறித்து ஆராய்ச்சி நடத்தப்படுவதுடன் நோய் விலக்கும் தன்மை பற்றியும் சீர்தூக்கிப் பார்த்து ஆராய்ச்சிகள் நடத்தப்படுகின்றன. இத்துடன் ஆடு, மாடுகள், கோழிகள் முதலியவற்றிற்கான தனி நோய் ஆராய்ச்சி யூனிட்டுகள், மாநிலம் முழுவதும் பரிசோதனைகள் நடத்தி அவற்றை ஆய்வுகூடப் பரிசோதனையுடன் இணைத்து முடிவு காணச் செயல்படுகின்றன.

நமது மாநிலத்தில் 36 கால்நடை மருத்துவமனைகளும், 198 கால்நடை மருந்தகங்களும், 73 சிறு மருந்தகங்களும், 19 இயங்கும் மருத்துவ வண்டிகளும், 90 முதலுதவி நிலையங்களும் ஆக மொத்தம் 416 கால்நடை மருத்துவ நிலையங்கள் உள்ளன. இந்த நிலையங்களில் நோயுற்ற கால்நடைகளுக்குச் சிகிச்சை அளிக்கப்படுவதுடன் கால்நடை வளர்ச்சிப் பணிகளும் மேற்கொள்ளப்படுகின்றன. இயங்கும் கால்நடை மருத்துவ வண்டிகள் மூலம் அந்தந்த இடங்களில் மாடுகளுக்கு ஏற்படும் தொத்து நோய்களைத் தவிர்க்க முடிகிறது.

தொத்து நோய் சிகிச்சை

சிறு மருந்தகங்களின் பொறுப்பு வகிக்கும் கால் நடை மருத்துவர், தொத்து நோய் பற்றி அறிக்கை வந்தவுடன் அவற்றைக் கவனித்து ஆவன செய்ய வேண்டும். கொள்ளை நோய்ப் பகுதிகளில் பாதுகாப்பு முறையாக மாடுகளுக்குத் தடுப்பு ஊசி போட வேண்டும். தொத்து நோய்களை உடனடியாகக் கட்டுப்படுத்தும் பொருட்டு 20 கால்நடை வளர்ப்பு மாவட்டங்கள், ஒவ்வொன்றிலும் ஒன்றாக 20 இயங்கும் கால்நடை மருத்துவ யூனிட்டுகள் பணியாற்றுகின்றன. இவைகள் தொத்துநோய்களை உடனடியாகத் தடுப்பதில் பெரும் பங்கு வகிக்கின்றன.

நமது மாநிலத்தில் மாடுகள் வளர்ச்சியைப் பெருக்க மூன்றாவது திட்டத்தின்கீழ் அனுமதிக்கப்பட்ட சாதாரணத் திட்டங்களுடன், விரைவுத் திட்டம் எனப்படும் 'சிறப்பு வளர்ச்சித் திட்டம்' ஒன்று எடுத்துக் கொள்ளப்பட்டது. இத் திட்டத்தின் மூலம் முட்டைகள், இறைச்சி முதலிய துணை உணவு வகைகள் உற்பத்தியைப் பெருக்கி ஊன் உணவுப் பண்டங்கள் நியாய விலைக்கு அதிக அளவில் கிடைக்கச் செய்வதன்மூலம் உணவு தானியத் தேவைகளைக் குறைப்பதும் இதன் நோக்கமாகும்.

கடனுதவி

வளர்ச்சிப் பகுதிகளில் முட்டை, கோழி இறைச்சி இவற்றின் உற்பத்தியைப் பெருக்கும் மேற்படி ஆறு திட்டங்கள் கோழிப்பண்ணை அபிவிருத்தியை நோக்கமாகக் கொண்டுள்ளன. கோழிப் பண்ணை வைத்திருக்கும் குடியானவர்களுக்குக் கருவிகள், கோழிக்குஞ்சுகள் இவற்றை வாங்கிக்கொள்வதற்குக் கடனுதவி - மானிய உதவி வழங்குதல், கூட்டுறவுச் சங்கங்களை அமைத்தல், முட்டைகள், கோழிகள் இவற்றைச் சேகரித்து உணவு முதலியவற்றிற்காக விற்பனை செய்தல் ஆகியவை இத்திட்டங்களின் குறிப்பிடத்தக்க அம்சங்களாகும். நல்ல இறைச்சியும், தரமான உரமும் கிடைப்பதற்கு வசதியாக உள்நாட்டு திட்டங்கள் உள்ளன.

சென்னை, மதுரை, கோயம்புத்தூர் ஆகிய பால் பண்ணைப் பகுதிகளில் செயல்படுத்தப்படும் அதிதீவிர திட்டத்தைப் போன்று கால்நடை வளர்ச்சி வட்டாரங்களிலும், தீவிரத் திட்டம் ஒன்று மேற்கொள்ளப்பட்டிருக்கிறது. பால் பண்ணைப் பகுதிகளில் கால்நடைப் பராமரிப்பு, தீவனப்பயிர் சாகுபடி, பால் சேகரித்தல், விற்பனை செய்தல், இவற்றை எளிதாக்குதல் ஆகியவையே இத்திட்டத்தின் நோக்கங்களாகும்.

காவலர் கடமை

போலீசாரின் முக்கிய கடமை பொது மக்களைச் சமூக விரோதிகளிடமிருந்தும், குற்றமிழைப்போரிடமிருந்தும் பாதுகாப்பதாகும். ஆங்கிலேயர்கள் நமது நாட்டை ஆண்டபோது போலீசார் ஒரு தனி வர்க்கமாகக் கருதப்பட்டார்கள். அவர்களைப் பயத்தின் சின்னமாகவும் பொது மக்கள் கருதினார்கள். நாடு 1947ம் ஆண்டு சுதந்திரம் அடைந்தது. போலீசாரின் அடிப்படை நோக்கம், கடமை, செயல் ஆகியவற்றில் பெருத்த மாறுதல்கள் செய்யப்பட்டன. சமூகம் போலீசாரால் தான் காப்பாற்றப்படுகிறது என்ற நிலை மாறி நாட்டின் நலத்தில் போலீசாருக்கும் சிறப்பான பங்கு உண்டு என்ற எண்ணம் அனைவருக்கும் ஏற்பட்டது.

நேர்மை, திறமை, தீவிர உழைப்பு ஆகியவற்றில் நல்ல பெயரெடுத்துள்ள நமது மாநிலப் போலீஸார், சுதந்திர நாட்டின் புதிய அமைப்பிற்குத் தகுந்தபடி மக்களுக்குச் சேவை செய்வதில் நல்ல பெயர் எடுத்துப் பொது மக்களுக்குச் சேவைசெய்து வருகிறார்கள்.

புதிய பிரச்னைகள்

நாடு தொழில்மயமாகிக் கொண்டு வருகிறது. புதிய நகரங்கள் உண்டாகின்றன. இந்த நிலையில் போலீஸ் வேலை என்பது ஒரே இடத்தில் நிலைத்து இருப்பதல்ல. நாட்டில் ஏராளமான பிரச்னைகள் தோன்றுகின்றன. அவற்றின் அளவும், சிக்கலும் அதிகமாகின்றன. இந்த நிலையில் போலீஸாரின் பொறுப்பு அதிகம் ஆகின்றது. நவீன நாகரீக வளர்ச்சி, விஞ்ஞானத்தில் ஏற்பட்டுள்ள முன்னேற்றம் ஆகியவைகளுக்குத் தகுந்தபடி போலீஸார் கடமை ஆற்ற வேண்டியிருக்கிறது.

1957முதல் 1962ம் ஆண்டு வரை குற்றங்களின் எண்ணிக்கையும், புலன் விசாரணை செய்யப்பட்டு கண்டு பிடிக்கப்பட்டவைகளின் சதவிகிதமும் குற்றங்கள் கட்டுப்பாட்டுக்குள் கொண்டுவரப்பட்டன என்பதை உறுதிப்படுத்துகின்றன. எல்லா வகைகளிலும், குற்றங்கள் கண்டுபிடிப்பது உறுதியான முறையில் அதிகமாகி வருகிறது என்பதும் இங்கு குறிப்பிடத் தக்கதாகும்.

நாகரீகக் குற்றங்கள்

உலகயுத்தம் முடிவடைந்த பிறகு குற்றங்கள் பல்வேறு வகைகளில் அதிகம்

ஆயின. 'நாகரீக' குற்றங்கள் பெருத்த அளவில் அதிகரித்தன. இதை அடக்க போலீசார் தங்கள் திறமை அத்தனையையும் உபயோகிக்க வேண்டியதாயிற்று. பொதுவான குற்றங்களான, கொலை, கொள்ளை, திருட்டு, வீடு புகுந்து திருடுதல் ஆகியவை அல்லாமல், மோசடி, நம்பிக்கைத் துரோகம், கள்ள நோட்டு அச்சடித்தல் ஆகியவையும் ஏற்பட்டன. இவைகளை அடக்க அரசாங்கமும் தனியார்களும் ஏராளமான பணம் செலவழிக்க வேண்டியதாயிற்று. பெண்களைக் கடத்திச் செல்லுதல், விபச்சாரம், ஆகியவை அதிகம் ஆகிறதாக இருக்கிறது. மேலும் சிறுவர்கள் செய்யும் குற்றமும் அதிகரிக்கும் நிலையில் இருக்கிறது. இப்பிரச்னைகள் நவீன உலகம் தீர்க்க வேண்டியவைகளாகும். பொதுப் பிரச்னைகள், உள்ளூர் தகராறுகள் காரணமாக தொழிற்சாலைப் பகுதிகள், கல்வி நிறுவனங்கள் ஆகிய இடங்களில், சட்டம் - ஒழுங்குப் பிரச்னைகள் நாளுக்கு நாள் அதிகரித்து வருகின்றன. இந்தப் பிரச்னைகளைச் சாதுரியமாகவும் உறுதியுடனும் போலீசார் சமாளிக்க வேண்டும். பல்வேறு நிகழ்ச்சிகள், நாட்டின் நடப்புகள் காரணமாக அரசியல் கட்சிகள், சாதி நிறுவனங்கள் ஆகியவை நடத்துகிற போராட்டங்களைத் திறமையுடனும் விழிப்புடனும் சமாளிக்க வேண்டும். இதுபோன்ற போராட்டங்களைத் திருப்தியுடனும் திறமையுடனும் அடக்க வேண்டியிருந்தால், உடனடி நடவடிக்கை, திறமை, உறுதி ஆகியவை போலீஸாருக்கு வேண்டும்.

போக்குவரத்துப் பிரச்னை

போக்குவரத்துப் பிரச்னைகளும், அதைச் சேர்ந்த குற்றங்களும் நாளுக்கு நாள் அதிகம் ஆகிவருகின்றன. நகரச் சாலைகளிலும், பெரு வழிகளிலும் ஏராளமான போக்குவரத்து நடைபெறுகிறது. போக்குவரத்துக் கட்டுப்பாடு, போக்குவரத்தை முறைப்படுத்துதல், போக்குவரத்துக்கல்வி ஆகியவைகளைப் பற்றி போலீசார் தீவிர கவனம் செலுத்த வேண்டியவர்களாகிறார்கள். சாலைகளில் பாதுகாப்பை அதிகரிக்கவும், போக்குவரத்து நிலைமையைச் சீராக்கவும் போக்குவரத்துப் பொறியியலை அத்துறை வல்லுனர்கள் மூலம் கற்றுக்கொள்ள வேண்டியிருக்கிறது.

சீனர்களின் எதிர்பாராத ஆக்கிரமிப்பின்போது, நமது மாநில ஆயுதம் தாங்கிய போலீஸ் பிரிவு, நாட்டுப் பாதுகாப்பின் இரண்டாவது அணியாக விளங்கியது. ஆயுதம் தாங்கிய போலீஸ் படையினரும் அதன் அதிகாரிகளும் தங்கள் கடமைகளைத் தீரத்துடனும் உயர்ந்த முறையிலும் நிறைவேற்றி வருகிறார்கள். போலீஸ் இலாகாவினர், ஊர்க்காவல் படையினருக்கும் பயிற்சி அளிக்கும் பொறுப்பினை ஏற்றுள்ளார்கள். போலீஸ் படையினர் தங்களுக்குக் கொடுக்கப்பட்ட பணிகளைச் சிறப்பாகச் செய்வது அனைவராலும் பாராட்டுக்கு உரியதாகும்.

விலையேற்ற விளைவு

மக்களின் அத்தியாவசியப் பொருள்களின் 'திடீர்' விலையேற்றமும், அதைத் தொடர்ந்து உணவுப் பொருட்களின் மீது விதிக்கப்பட்ட கட்டுப்பாடும் நமது போலீசாருக்கு மேலும் வேலை அளிப்பதாக இருந்தது. ஆனால் அவர்கள் புதிது புதிதாக ஏற்படும் பிரச்னைகளையும், கடமைகளையும் தங்களுடைய வழக்கமான திறமையினால் சமாளித்தது பாராட்டத்தக்கதாகும். அவர்களது பணி எப்பொழுதும் போல பாராட்டத்தக்கதாகவே இருந்தது.

மதுவிலக்கு

இந்தியாவிலேயே முதன் முதலாக மதுவிலக்குக் கொண்டு வந்த பெருமை நமது மாநிலத்திற்கே உரியதாகும். 1937-ம் ஆண்டு தமிழ் நாட்டில் மது விலக்கு அமல் நடத்தப்பட்டது. 1946முதல் 1948 வரை நம் மாநிலத்தில் மாவட்ட வாரியாக மது விலக்கு அமலாக்கப் பட்டது.

பிராந்திய அடிப்படையில் மூன்று பிரிவாக மது விலக்கு அமல் நடத்தப் பட்டது. ஆரம்பத்தில் குறிப்பிட்ட சில மாவட்டங்களில் மதுவிலக்கு சிப்பந்திகளாலும், மற்ற மாவட்டங்களில் போலீஸாராலும் அமல் நடத்தப் பட்டது. 1955 ஜனவரி முதல் மது விலக்கை அமல் நடத்துவது, அதாவது, குற்றங்களைக் கண்டு பிடித்து மதராஸ் மதுவிலக்குச் சட்டத்தின்கீழ் வழக்குகளைப் பதிவுசெய்வது போலீஸாரிடம் ஒப்படைக்கப்பட்டன. நமது மாநிலத்தில் மதுவிலக்குச் சட்டத்தை அமல் நடத்துவது சிறப்பான முறையில் நடைபெற்று வருகிறது.

மற்ற மாநிலங்களில் இருந்து குடிவகைகளைக் கடத்திக் கொண்டுவருவது ஆண்டு தோறும் அதிகரித்து வருகிறது. 1963-ல், 1959-ம் ஆண்டு இருந்த எண்ணிக்கையைப் போல் இருமடங்கு ஆகியிருக்கிறது. இந்த வகையில், சட்டத்தைத் தீவிரமாக அமல் நடத்துவதன் காரணமாக வெளி மாநிலங்களில் மதுவகைக் கடத்தல் குறைந்து வருகிறது.

கள்ளச் சாராயம் காய்ச்சுவது 1962-ல் அதிக அளவு இருந்தது. கள்ளச் சாராய வழக்குகள் தற்போது குறைந்து வருகிறது. கள்ளச் சாராயம் வைத்திருப்பது, விற்பனை செய்வது ஆகியவை பற்றிய வழக்குகளுடன் சாராயம் காய்ச்சுதல் வழக்குகளை ஒப்பிட்டுப் பார்க்கும்போது இரண்டிலும் எவ்வித ஏற்றத்தாழ்வுகள் இல்லை என்று தெரிகிறது. இதன் மூலம் தெரிவது என்னவென்றால், கள்ளச் சாராயம் காய்ச்சுவது தீவிரமாகத் தடுக்கப்படுவது என்பதே ஆகும்.

கள் இறக்குதல்

கள் இறக்குதல், பதநீரைப் புளிக்க வைத்தல், லைசன்ஸ் இல்லாமல் பதநீர் இறக்குதல் ஆகியவை பற்றிய வழக்குகள் 1964-ம் ஆண்டில் அதிமாகவே இருந்தன. பதநீர் இறக்கும் காலமான ஏப்ரல், மே, ஜுன் ஆகிய மாதங்களில் தான் இக்குற்றங்கள் அதிகமாக இருக்கின்றன. மற்ற மாதங்களில் இவை மிகக்குறைவே.

கள்ளத்தனமாகக் கடத்தப்பட்டுக் கொண்டுவரும் மதுவகைகள் பிடிக்கப்படுவதாலும், கள்ளச் சாராயம் காய்சுவது தீவிரமாகத் தடுக்கப்படுவதாலும் இவை அதிகமாவது ஒரு காரணமாகும்.

சாராயம் காய்ச்சுவது, வைத்திருப்பது, விற்பனை செய்வது ஆகியவை பற்றிய குற்றங்களில் ஏற்றத்தாழ்வு இல்லாவிட்டாலும், இதுபற்றி ஆராய்ந்த ஆய்வுக் குழுவின் சிபாரிசு இந்த இடத்தில் குறிப்பிடத்தக்கதாகும். “கள் இறக்குவது, கள்ளச் சாராயம் காய்ச்சுவது, கள்ளக்கடத்தல் மூலம் சாராயம் கொண்டு வருவது ஆகிய எந்த முறையில் மதுவிற்பனை செய்யப்பட்டாலும் இவை தடுக்கப்பட முடியாதவை அல்ல. தமிழ் நாட்டில் மதுவிலக்குத் தளர்த்தப் படவேண்டியது இல்லை” என்று அந்தக் குழு கூறியதாகும்.

மதுவிலக்கின் காரணமாக வேலை இழந்து வாழ்வதற்கு வழியற்றவர்களுக்கும், முன்பு மதுவகைத் தொழிலில் ஈடுபட்டிருப்பவர்களுக்கும், வேலை அளிப்பதற்குப் பனைவெல்ல உற்பத்திக் கூட்டுறவு சங்கங்கள் மாவட்டங்களில் ஆரம்பிக்கப்பட்டுள்ளன. இவை அனைத்தும் மாநில கதர் கிராமக் கைத்தொழில் போர்டின் கீழ் பணியாற்றுகின்றன.

நிலக்காலனி கூட்டுறவு சங்கங்கள், விவசாயக் கூட்டுறவு சங்கங்கள், நெசவாளர் கூட்டுறவு சங்கங்கள், பல நோக்குக் கூட்டுறவு சங்கங்கள் ஆகியவைகள் மூலமாகவும் இதனால் பாதிக்கப்பட்டவர்களுக்கு வேலை வாய்ப்பும் மற்ற உதவிகளும் அளிக்கப்படுகின்றன.

கிராமக் காவல்

மாவட்ட வளர்ச்சி மன்றங்கள், தாலூகா மதுவிலக்குக் கமிட்டிகள் ஆகியவை மதுவிலக்கைச் சரியான முறையில் அமல் நடத்துவதுபற்றி ஆலோசனைகள் கூறிவருகின்றன. கிராமக் காவல் கமிட்டிகளும் அமைக்கப்பட்டுள்ளன. இந்தக் கமிட்டிகள் குறிப்பிட்ட காலங்களில் கூடி மதுவிலக்கு அமல் பற்றி ஆலோசனை கூறுகின்றன.

நமது மாநிலத்தில் கடந்த 15 ஆண்டுகளுக்கு மேலாக மதுவிலக்கு அமல் நடத்தப்பட்டு நல்ல முறையில் நடந்து வருகிறது. இதை அமல் நடத்துவது திருப்தியுடன் இருக்கிறது என்று மதுவிலக்கு பற்றி 'டேக்சந்த் கமிட்டி' கூறியிருப்பதை இவ்விடத்தில் கூறுவது பொருத்தமாக இருக்கும்.

ஹரிஜன நலன்

ஹரிஜன மக்கள் முன்னேற்றத்திற்காக நமது மாநில அரசாங்கம் சென்ற 1949-ல் இருந்தே திட்டமிட்டுப் பணிபுரிந்து வந்திருக்கிறது. "ஹரிஜன நல இலாகா" என்ற ஒரு தனி இலாகாவை ஏற்படுத்தி அரசாங்கம் ஹரிஜன மக்களுக்காகப் பல நன்மைகள் செய்து வருகிறது.

மத்திய அரசாங்க உதவியாலும், மற்ற இலாகாக்களின் கூட்டுறவாலும், ஹரிஜன இலாகா, ஹரிஜன மக்களுக்காகப் பல்வேறு நன்மைகளைச் செய்து அவ்வகுப்பினரை முன்னேற்றம் அடையச் செய்து வருகிறது. கடந்த 15 ஆண்டுகளாக இவ்வகுப்பினரின் சமூகப் பொருளாதார முன்னேற்றத்தில் புதிய சகாப்தம் உதயமாகி வருவது குறிப்பிடத்தக்கதாகும்.

ஹரிஜன மக்களின் நலத்திற்காகச் செலவு செய்யப்பட்ட தொகையில் இருந்து அவர்களுக்குச் செய்யப்பட்ட நன்மையைப் பற்றி விவரமாக அறியலாம். மொழிவாரி மாகாணம் பிரிக்கப்படாமல் இருந்தபோது, அதாவது 1550 - 51ம் ஆண்டில் ஹரிஜன நலனுக்காகச் செலவு செய்யப்பட்ட தொகை ரூ.69 லட்சமாகும். இவ்வகுப்பினருக்காகச் செலவிடப்பட்ட தொகை மேலும் வளர்ந்தது. 1964-65 வாக்கில் ரூ. 446 லட்சம் செலவாகியிருப்பதே இத்துறையில் அரசாங்கத்தின் பணியை நன்கு புலப்படுத்தும்.

இந்த இலாகாவின் சிறப்பான சேவையைக் கீழ்க்கண்டவைகள் மூலம் நன்கு அறியலாம்:

உயர்வான நிலை

ஹரிஜன நலனில் தீண்டாமையை ஒழித்து அவ்வகுப்பினரை, சமூகத்தின் மற்ற பிரிவினர் இருக்கும் நிலைக்கு உயர்த்துவது மிக முக்கியமானதாகும்.

இந்தப் பிரச்னையில் அரசாங்கம் தீவிர கவனம் செலுத்தியது. அரசியல் சட்டத்தின் 17-வது பிரிவு தீண்டாமையை ஒழிக்கும் பிரிவாகும். தீண்டாமையை அனுசரிப்பது 1955-ம் ஆண்டு தீண்டாமை ஒழிப்புச் சட்டப்படி தண்டனைக்கு உரியதாகும். சட்டத்தைத் தீவிரமாக அமல் நடத்துவதுடன் - மக்களின் மனதை - குறிப்பாகச் சாதி இந்துக்களின் எண்ணத்தை மாற்றுவது தீண்டாமை ஒழிப்பில் மிக முக்கியமானது என்பதை அரசாங்கம் உணர்ந்தது. இவற்றைக் கருத்தில் வைத்து தீண்டாமையை ஒழிக்க அரசாங்கம் பல்வேறு நடவடிக்கைகளை எடுத்து வருகிறது.

தீண்டாமை ஒழிப்புத் திட்டத்தில் விளம்பரமும் பிரசாரமும் முக்கியமான இடத்தைப் பெற்றுள்ளன. தீண்டாமை ஒழிப்புப் பிரசாரம் செய்வதற்காக மாநிலம் முழுவதும் துணை சேவக்குகள் நியமிக்கப்பட்டார்கள். இவர்களைத் தவிர மாநிலம் முழுவதும் சுற்றுப்பிரயாணம் செய்யக்கூடிய விசேஷ துணை சேவக்குகளும் நியமிக்கப்பட்டார்கள். இவர்கள் "வில்லுப்பாட்டு" மூலம் மாநிலம் எங்கும் பிரசாரம் செய்துவருகிறார்கள்.

பரிசுத் திட்டம்

தாழ்த்தப்பட்டோர் லீக், ஹரிஜன சேவா சங்கம் போன்ற உத்யோகப் பற்று அற்ற நிறுவனங்களும் தீண்டாமையை எதிர்த்து பிரசாரம் செய்து வந்தன. தீண்டாமை ஒழிப்பில் புதிய சாதனைகள் செய்த கிராமங்கள், சுகாதாரமாகவும், சுத்தமாகவும் உள்ள கிராமங்கள் ஆகியவைகளுக்குப் பரிசு கொடுக்கும் திட்டங்களும் மேற்கொள்ளப்பட்டன. பல்வேறு தாலூகாக்களில் சமுதாய நிலையங்கள், சமுதாய அரங்குகள் அமைப்பதும் இத்திட்டத்தின் ஒரு பகுதியாகும். மாநிலத்தில் தற்போது 25 சமுதாய நிலையங்களும், 20 சமுதாய அரங்குகளும் உள்ளன.

ஒவ்வொரு மாதமும் 30-ம் தேதி அன்று கிராமங்களிலும் நகரப் பகுதிகளிலும் ஹரிஜன தினம் கொண்டாடப்படுகிறது. பிப்ரவரியில் அந்த மாதத்தின் கடைசிநாள் அன்று இத்தினம் கொண்டாடப்படுகிறது. ஆண்டுக்கு ஒருமுறை ஜனவரி மாதத்தில் மாநிலம் முழுவதும் ஹரிஜன வாரம் கொண்டாடப்படுகிறது.

விளம்பரம், பிரசாரம் ஆகியவைகளுக்காக முதல் திட்டகாலத்தில் ரூ.4.08 லட்சம் செலவழிக்கப்பட்டது. இரண்டாவது திட்டத்தின் போது செலவு ரூ.17.19 லட்சமாக உயர்த்தப் பட்டது. மூன்றாவது திட்ட காலத்தில் இதற்கான செலவு ரூ.19.35 லட்சம் ஆகும் என்று மதிப்பிடப்படுகிறது.

பள்ளிக்கூடங்கள்

தகுதியுடைய வகுப்பினர், மலைஜாதி மக்கள், அட்டவணையில் இருந்து நீக்கப்பட்ட வகுப்பினர் ஆகியோர் குழந்தைகளின் பொருளாதார முன்னேற்றத்திற்காக ஹரிஜன நல இலாகா பள்ளிக்கூடங்கள் நடத்துகிறது. அரசாங்கத்தின் கொள்கை காரணமாக பிற்பட்ட வகுப்பினர் குழந்தைகளுக்கு மட்டும் தனியாகப் பள்ளிக்கூடம் திறக்கப்பட வில்லை. எல்லா வகுப்பினரும் ஜாதிமத வேறுபாடு இன்றி ஒரே வகுப்பினராய் ஒன்று கலந்து படிக்க வேண்டும் என்ற கருத்துடன் ஹரிஜன நல இலாகா பள்ளிக்கூடங்களை நடத்துகிறது. இப்பள்ளிக்கூடங்களில் எல்லா வகுப்பினரும் சேர்ந்து படிக்க

வசதி செய்யப்பட்டுள்ளது. இந்த இலாகாவினர் தற்போது 1171 பள்ளிக்கூடங்கள் நடத்துகிறார்கள்.

பள்ளிக்கூடத்திற்குக் குழந்தைகள் ஒழுங்காக வரச் செய்ய வேண்டும் என்ற நோக்கத்துடன், ஒழுங்காக பள்ளி செல்லும் குழந்தைகளுக்குப் பரிசுகள் கொடுக்கப்படுகின்றன. இத்தகைய பள்ளிகளின் ஆசிரியர்களுக்கும் பரிசு கொடுக்கப்படுகிறது.

பாடங்களில் மாணவர்கள் தீவிர கவனம் செலுத்த வேண்டும் என்ற நோக்கத்துடன், ஒவ்வொரு ஆண்டும் எஸ்.எஸ்.எல்.சி. பரீட்சையில் முதலாவதாக, இரண்டாவதாக தேர்ச்சி பெறும் ஹரிஜன மாணவர்களுக்கு பிரீமியம் பரிசுப் பத்திரங்கள் பரிசாக அளிக்கப்படுகின்றன. ஹரிஜன நலப் பள்ளிக்கூடங்களில் படிக்கும் பெண்களுக்கு இலவச உடைகளும் வழங்கப்படுகின்றன. ஆண்டு ஒன்றுக்கு 2 ரவிக்கைகளும் 2 பாவாடைகளும் அவர்களுக்கு வழங்கப்படுகின்றன.

மதிய உணவுத் திட்டம்

தகுதி பெற்ற வகுப்பினரின் குழந்தைகள் ஐந்தாவது ஸ்டாண்டர்டு வரை படித்து பூரண கல்வி அறிவு உள்ளவர்களாக இருக்க வேண்டும் என்பதற்காக 1950-ம் ஆண்டு மதிய உணவுத் திட்டம் பரீட்சார்த்தமாகக் கொண்டு வரப்பட்டது. இத்திட்டம் வெற்றிகரமாக இருந்ததால் 1954-ம் ஆண்டு முழுவதும் அது விஸ்தரிக்கப்பட்டது.

ஹரிஜனங்களுக்கென்று அல்லாத சில குறிப்பிட்ட பள்ளிகளில் படிக்கும் ஹரிஜன மாணவர்களுக்கும் மதிய உணவு அளிக்கப்படுகிறது. ஹரிஜன நல இலாகாவினால் நடத்தப்படும் அட்டவணையில் இருந்து நீக்கப்பட்ட பிரிவினருக்கான பள்ளிகள், கள்ளர்களுக்கான பள்ளிகள் ஆகியவைகளில் படிக்கும் குழந்தைகளுக்கும் மதிய உணவு அளிக்கப்படுகிறது.

புதிய ஹாஸ்டல்கள்

தகுதி பெற்ற வகுப்பினர் குழந்தைகளின் நன்மையை உத்தேசித்து ஆண்டுதோறும் புதிய ஹாஸ்டல்களை அரசாங்கம் திறந்து வருகிறது.

தாழ்த்தப்பட்ட வகுப்பினர், மலை ஜாதி மக்கள், அட்டவணையில் இருந்து நீக்கப்பட்ட வகுப்பினர், மற்ற பிற்பட்ட வகுப்பினருக்காக முதலாவது ஐந்தாண்டுத் திட்டத்தில் மொத்தம் 37 ஹாஸ்டல்களும், இரண்டாவது திட்டத்தில் 195 ஹாஸ்டல்களும் திறக்கப்பட்டன. மூன்றாவது திட்டத்தில் மொத்தம் 396 ஹாஸ்டல்கள் திறக்கப்படும் என்று எதிர்பார்க்கப்படுகிறது.

தனிப்பட்ட நபர்கள் அல்லது சங்கங்கள் ஹாஸ்டல் நடத்துவதையும் அரசாங்கம் ஊக்குவிக்கிறது. ஒரு குறிப்பிட்ட எண்ணிக்கையினருக்கு மொத்தமான மானியத் தொகையை அரசாங்கம் இந்த வகையில் அளிக்கிறது. மேலே குறிப்பிட்ட பிரிவினருக்கான ஹாஸ்டல் எண்ணிக்கை முதல் திட்ட காலத்தில் 429. இரண்டாவது திட்ட காலத்தில் 325. இது போன்ற உதவி பெறும் ஹாஸ்டல்களை அரசாங்கம் ஒரு கால கெடுவுக்கு உட்பட்டு தானே எடுத்துக்கொள்கிறது.

ஆரம்பக்கல்வி முதல் பல்கலைக் கழகப்படிப்பு வரை பெற தாழ்த்தப்பட்டவர்கள், மலை ஜாதி மக்கள் ஆகியோர்க்குப் படிப்பு உதவிப் பணம் அளிக்கப்படுகிறது. அரசாங்கத்தாரால் அங்கீகரிக்கப்பட்ட ஹாஸ்டல்களில் தங்கிப் படிக்கிறவர்களுக்கு அதற்கான படிப்பு உதவிப் பணம் அளிக்கப்படுகிறது. சட்டம், ஆசிரியர் படிப்பு (B.T), பிரியூனிவர்சிரி வகுப்பு ஆகியவை படிக்கப் படிப்பு உதவிப் பணம் அளிக்கப்படுகிறது.

முதலாவது ஐந்தாண்டு திட்ட காலத்தில் ஒரு லட்சத்து 11 ஆயிரம் பேர்களுக்கும், இரண்டாவது திட்டகாலத்தில் இரண்டு லட்சத்து 95 ஆயிரம் பேர்களுக்கும் படிப்பு உதவிப் பணம் அளிக்கப் பட்டது. இதற்கு முதல் திட்ட காலத்தில் 96.34 லட்ச ரூபாயும் இரண்டாவது திட்ட காலத்தில் 193.19லட்ச ரூபாயும் செலவழிக்கப்பட்டன.

விவசாய உதவித் திட்டங்கள்

தாழ்த்தப்பட்ட வகுப்பினர், மலைஜாதி மக்கள், அட்டவணையில் இருந்து நீக்கப்பட்டவர்கள் ஆகியோரின் பொருளாதாரத்தை உயர்த்துவதற்காக விவசாய உதவித் திட்டங்கள் பல போடப்பட்டுள்ளன. இவர்கள் அனைவரும் விவசாயிகளாக அல்லது விவசாயத்திற்கான வேலைகளைச் செய்கிறவர்களாகவோ இருக்கிறார்கள். குறைந்த அளவு இரண்டு ஏக்கர் நிலம் வைத்திருந்து பாசனத்திற்குக் கிணறு தேவைப்படுகிறவர்களுக்குக் கிணறு வெட்ட உதவித் தொகை அளிக்கப்படுகிறது. உழுவதற்கான ஒரு ஜோடி மாடுகளும், விவசாயக் கருவிகளும் அவர்களுக்கு அளிக்கப்படுகிறது. பிற்பட்ட வகுப்பினரைச் சேர்ந்த விவசாயிகளின் வாழ்க்கை நிலையை உயர்த்த இதுபோன்ற உதவிகள் நல்ல பலன் அளிக்கும். இரண்டாவது திட்டகாலத்தில் 94.57 லட்ச ரூபாய் இந்த வகையில் செலவு செய்யப்பட்டது குறிப்பிடத்தக்கதாகும்.

அரசாங்கப் பங்கு முதல்

தாழ்த்தப்பட்டவர் நலனுக்காக அரசாங்கத்தில் பங்கு முதல் போடப்பட்டு நிதி உதவி அளிக்கப்படுகிறது. செங்கல் செய்தல், பாய் பின்னுதல், தோல் சம்பந்தப்பட்ட தொழில், தோல் பதனிடுதல், கைக்குத்தல் அரிசி போன்ற குடிசைத்தொழில் கூட்டுறவு சங்கங்கள் அமைக்கப் பட்டுள்ளன. மண்பாண்டத் தொழில், கருமார் தொழில், தச்சுத் தொழில், பாய் பின்னுதல் போன்றவைகளின் உற்பத்தி - பயிற்சி நிலையங்களும் இவ்வகுப்பினர் நலனுக்காக அமைக்கப்பட்டுள்ளன. ஹரிஜனங்களுக்கான தொழில் கூட்டுறவு நிறுவனங்கள் அமைப்பதை ஊக்குவிக்கவும், அவர்களுடைய பொருளாதார அமைப்பை உறுதிப்படுத்தவும் அவர்கள் பங்கு முதலில் 75 சதவிகிதம் உதவித் தொகை அளிக்க அரசாங்கம் அனுமதித்துள்ளது. ஒரு அங்கத்தினரின் பங்கு மதிப்பு அதிக அளவு ரூ. 15 இருக்கும்படி இத்தொகை அளிக்கப்படுகிறது. ஈரோடில் தாழ்த்தப்பட்டவர்கள் நடத்தும் கூட்டுறவு மோட்டார் போக்குவரத்து சங்கம் குறிப்பிடத் தகுந்ததொன்றாகும். அரசாங்கம் இதற்கு நிதி உதவியும், சிப்பந்திகள் உதவியும் அளித்துள்ளது.

இவைகள் அல்லாமல் இதில் கூறப்பட்ட பிற்பட்ட வகுப்பினரின் பெண்கள் நலனுக்கான நிலையங்களும் பராமரிக்கப்படுகின்றன. இந்த வகுப்பினரின் பொருளாதார நிலையை அபிவிருத்தி செய்யும் வகையில் அவர்கள் ஒரு குறிப்பிட்ட தொழில் பயிற்சி பெற்ற பிறகு அந்தத் தொழிலுக்கான கருவிகள், உபகரணங்கள் ஆகியவை இனாமாகக் கொடுக்கப்படுகின்றன. இரண்டாவது ஐந்தாண்டுத் திட்ட காலத்தில் இவ்வகுப்பினரில் 4,945பேர்களுக்குக் கருவிகளும், மற்ற உபகரணங்களும் / அளிக்கப்பட்டுள்ளன. மூன்றாவது திட்ட காலத்தில் மேலும் அதிகமான பேர்கள் இதனால் பலன் அடைவார்கள்.

வட்டி இல்லாக் கடன்

சவரத் தொழிலாளர்கள், சலவைத் தொழிலாளர்கள் ஆகியோரின் நிலைமையையும் கருத்தில் கொண்டு அரசாங்கம் அவர்களுக்கும் உதவி அளித்து வருகிறது. இவர்களுக்கு வட்டியில்லாக் கடன் அளிக்கப்படுகிறது. ஒவ்வொரு ஆண்டும், மாவட்ட வாரியாக 100 சவரத் தொழிலாளர்களுக்கும், 120 சலவைத் தொழிலாளர்களுக்கும் தலா முறையே ரூ.53-ம், ரூ.50-ம் கொடுக்கப்படுகிறது. தங்களுடைய தொழிலுக்கு கருவிகள் வாங்குவதற்காக இத்தொகை அவர்களுக்குக் கொடுக்கப்படுகிறது.

ஹரிஜனங்களின் பொருளாதாரத்தை உயர்த்துவதில் உதவுவது பால் பண்ணைத் தொழிலும் ஒன்றாகும். பால் வழங்கும் சங்கங்கள் அமைக்க

அரசாங்கம் அவர்களுக்கு நிதி உதவி அளித்து வருகிறது. இரண்டாவது திட்ட காலத்தில் பால் கறக்கும் கால்நடைகள் வாங்குவதற்காக 207 ஹரிஜனங்களுக்கு ரு.15,530 வழங்கப்பட்டது. இத்திட்டம் வெற்றிகரமாக இருப்பதால் மூன்றாவது திட்டகாலத்தில் இதற்கு மேலும் ஊக்கம் அளிக்கப்படுகிறது. 1962 - 63ம் ஆண்டில் ரூ. 3.5 லட்சம் இந்த வகையில் செலவு செய்யப்பட்டது. தற்போது பிற்பட்ட வகுப்பினருக்காக நாட்டில் 151 கூட்டுறவு பால்பண்ணைகள் உள்ளன. இந்த எண்ணிக்கை மூன்றாவது ஐந்தாண்டு காலத்தில் தேவையைப் பொறுத்து மேலும் உயரலாம்.

சாகுபடிக்குப் பொருத்தமான நிலங்களின் தேவையை முன்னிட்டு மாநிலத்தில் உள்ள எல்லா செழிப்பான நிலங்களும் சாகுபடிக்குக் கீழ் கொண்டு வரப்பட்டுள்ளன. ஹரிஜனங்கள் மற்றும் தாழ்த்தப்பட்ட வகுப்பினர்கள் நலனுக்காக இரண்டாவது ஐந்தாண்டு திட்ட காலத்தில் கூட்டுறவு முறையில் நிலக் காலனித் திட்டம் ஆரம்பிக்கப்பட்டுள்ளன. இத் திட்டம் மூன்றாவது ஐந்தாண்டுத் திட்டத்திலும் சேர்க்கப்பட்டுள்ளது. இதுவரை 53 சங்கங்களுக்கு உதவி அளிக்கப்பட்டுள்ளன. இந்த வகையில் இதுவரை 12585 ஏக்கர் நிலம் சாகுபடிக்கு ஏற்றதாகச் செய்யப்பட்டுள்ளது.

வீட்டு வசதி

வீடு கட்டிக் கொள்ளச் சொந்த நிலம் இல்லாதவர்கள் பணம்போட்டு நிலம் வாங்க முடியாதவர்கள் ஆகிய ஹரிஜனங்களுக்கு அரசாங்கம் விலை இல்லாமல் வீடு கட்ட இடம் கொடுக்கிறது. ஒவ்வொரு குடும்பத்திற்கும் நன்செய் நிலப்பகுதிகளில் 3 சென்ட் நிலமும், புன்செய் நிலப் பகுதிகளில் 5 சென்ட் நிலமும் அளிக்கப்படுகின்றன. முதல் ஐந்தாண்டு திட்டக் காலத்தில் வீடு கட்டிக் கொள்ளும் இடங்கள் 2208ம், இரண்டாவது திட்டகாலத்தில் 43339ம் ஹரிஜனக் குடும்பங்களுக்கு அளிக்கப்பட்டுள்ளன.

வீடு கட்டிக்கொள்வதற்காக நில ஆர்ஜிதம்செய்த வகையில் 1962-63-ம் ஆண்டில் ரூ, 19,24,724 செலவு செய்யப்பட்டுள்ளது.

ஏழை ஹரிஜனங்களுக்கு வீடு கட்ட நிலம் அளித்து விட்டால் மட்டும் எல்லாம் முடிந்ததாகி விடாது. அதில் வீடு கட்டிக் கொள்ளவும் அம்மக்களுக்கு வசதி செய்து கொடுக்கப்பட வேண்டும். மூன்றாவது திட்ட காலத்தில் அரசாங்கம் ரூ. 1000 செலவில் வீடுகட்டும். இதில் ரு. 750 உதவித் தொகை ஆகவும் மீதி பணம் இதனால் பயனடைவோர் தருவதாகவும் இருக்கும். பயனடைவோர் தரக்கூடிய தொகை பணமாகவோ, மற்ற பொருளாகவோ அல்லது உழைப்பாகவோ இருக்கும்.

குடிநீர் வசதி

சுகாதார வசதித் திட்டங்களில் குடி தண்ணீர் வசதி அளித்தல் மிக முக்கியமான தொன்றாகும். எங்கெங்கு தேவையோ அங்கெல்லாம் பழைய கிணறுகள் புதுப்பிக்கப்பட்டு, புதிய கிணறுகள் வெட்டப்படுகின்றன. பஞ்சாயத்துக்களின் திட்டமிடப்பட்ட வரவு செலவுத் திட்டத்தில் குடி தண்ணீர் அளிப்பது மிக முக்கியமானது என்றாலும், எங்கெங்கு இது உடனடித் தேவையோ அங்கெல்லாம் ஹரிஜன நல வரவு செலவுத்திட்டத்தின் கீழ் இவ்வசதிகள் செய்யப்பட்டு வருகின்றன. குடிதண்ணீர் அளிப்புத் திட்டத்துடன் பாதை வசதி, சுடுகாடு வசதி, சிறு பாலங்கள் குளிக்கும் அறைகள், கக்கூஸ்கள் ஆகியவையும் கட்டப்படுகின்றன. *1963-64*ல் குடிநீர் கிணறுகள் வெட்ட ரூ.*4.54* லட்சம் செலவு ஆயிருக்கும் என்று எதிர்பார்க்கப்படுகிறது. கிராம வேலை மானியத்தின் கீழ் இணைப்புச் சாலைகள், பள்ளிக்கூடக் கட்டிடங்கள் அமைத்தல் ஆகிய வேலைகள் செய்யப்படுகின்றன.

இந்த வேலைகள் அனைத்தும் அப்பகுதி மக்களின் உதவித் தொகையுடனும் நடைபெறும். ஆனால் குடி தண்ணீர் வசதி விஷயத்தில் ஹரிஜனங்களிடமிருந்து எந்த உதவித் தொகையும் எதிர்ப்பார்ப்பதில்லை. ஹரிஜனங்களுக்கு நலன் அளிக்கும் இதுபோன்ற வேலைகளை பஞ்சாயத்துகள் எடுத்துக் கொள்வதை ஊக்குவிப்பதற்காக ஹரிஜன நல நிதியில் இருந்து பஞ்சாயத்துகளுக்கு அரசாங்கம் நிதி ஒதுக்கீடு செய்துள்ளது. கிராம வேலை மானியத்தில் இருந்து *20* சதவிகித நிதியை ஹரிஜன நலத்திற்கு செலவிடும் வகையில் இவ்வாறு நிதி ஒதிக்கீடு செய்யப்படுகிறது.

மின்சார வசதி

ஹரிஜன காலனிகளுக்கு மின்சார வசதி அளிப்பதிலும் கவனம் செலுத்தப்படுகிறது. பஞ்சாயத்து அல்லது நகராட்சிகளில் மின்சார வசதி செய்வதற்காகத் திட்டமிடும்போது ஹரிஜனங்கள் வசிக்கும் பகுதிகளுக்கும் சேர்த்துத்தான் திட்டமிட வேண்டும் என்றும், தகுந்த காரணம் அன்னியில் அப்பகுதிகள் ஒதுக்கப்படக் கூடாதென்றும் உத்தரவுகள் போடப்பட்டுள்ளன.

1957 - 58-ல் இருந்து *1962 - 63* வரை *952* ஹரிஜன காலனிகளில் மின்சார வசதி செய்யப்பட்டுள்ளன. இதற்கான மொத்தச் செலவு ரூ. *10,58194* ஆகும்.

தனிப்பட்டவர்கள் இடங்களில் வசிக்கும் ஹரிஜனங்கள் அற்பமான சில காரணங்களுக்காக வெளி யேற்றப்படுகிறார்கள் என்பது அரசாங்கத்தின் கவனத்திற்குக் கொண்டுவரப்பட்டது. வறுமையின் காரணமாக அவர்களால்

கோர்ட்களில் வழக்காடவும் முடியவில்லை. இதுபோன்ற நிலைமையில் ஹரிஜனங்களுக்கு இலவச சட்ட உதவி அளிக்க அரசாங்கம் ஒரு திட்டத்தை அங்கீகரித்துள்ளது.

அரசாங்கம் மலை ஜாதி மக்களுக்காக மூன்று நடமாடும் மருத்துவ யூனிட்டுகளை அமைக்க ஒப்புதல் அளித்திருக்கிறது. இவற்றில் ஒன்று நீலகிரியிலும் அடுத்தது மதுரையிலும் மற்றொன்று வட ஆர்க்காட்டிலும் செயலாற்றும். இவ்வகுப்பினர் தங்கள் வீட்டிலேயே உடனடித் தேவையான மருத்துவ வசதிகள் பெறுவதற்கு இந்த ஏற்பாடு செய்யப் பட்டுள்ளது. "நடுகல் கும்பை" என்ற இடத்தில், ரூ.89,000 செலவில் வீடு, குடிநீர் பள்ளிக்கூடம் ஆகிய எல்லா வசதிகளும் நிறைந்த ஒரு "மாதரி" கிராமம் மலைஜாதி மக்களுக்காக அமைக்கப்பட்டுள்ளது.

விற்பனைக் கூட்டுறவு சங்கம்

மலைஜாதி மக்களில் நவினமானவர்கள் காடுகளில் வாழ்ந்து அங்கு கிடைக்கும் பொருள்கள் மூலம் வாழ்க்கை நடத்தி வருகிறார்கள். இவர்களுடைய உற்பத்திப்பொருள்களை விற்பனை செய்ய 9 விற்பனைக கூட்டுறவு சங்கங்கள் அமைக்கப் பட்டுள்ளன . மூன்றாவது திட்டத்தில், இதுபோன்ற கூட்டுறவு சங்கங்கள் அமைக்க ரூ.2லட்சம் அனுமதிக்கப்பட்டுள்ளது.

ஆண்டுதோறும், ஒவ்வொரு திட்டத்திலும் ஹரிஜன நல இலாகாஹரிஜனங்களுக்கான வசதிகளை அதிகரித்து வருகிறது. மொழிவாரி மாகாணம் பிரிக்கப்படாததற்கு முன்பு சென்னை மாகாணத்தில் ஹரிஜனநலனுக்காகச் செலவிடப்பட்ட தொகை ரூ.69 லட்சம். ஆனால் இரண்டாவது ஐந்தாண்டு திட்ட இறுதியில் இது ரூ3.5 கோடியாக உயர்ந்தது குறிப்பிடத் தக்கதாகும்.

சமூகத்தில் தாழ்த்தப்பட்ட வகுப்பினர் மற்றவர்களைப் போல எல்லா நலன்களையும் பெற வேண்டும் என்பதுதான் அரசாங்கத்தின் விருப்பம். ஹரிஜன மக்களுக்கு ஹரிஜன நல இலாகா செய்துள்ள சேவை சிறப்பானதாகும். இதன் மூலம் அவ்வகுப்பினரும், மற்ற வகுப்பினரைப் போல முன்னேற்றம் அடைவார்கள். அவர்களுடைய சமூக பொருளாதார நிலையும் உயர்வடையும். இந்த வகையில் இன்னும் ஏற்படப் போகிற முன்னேற்றங்கள் நமது தேசப்பிதா ஹரிஜன மக்கள் முன்னேற்றம் பற்றி கண்ட கனவுகளை நனவாக்கும் என்பதில் சந்தேகம் இல்லை.

நமது பெரியபணி

எல்லையில் சீனரின் அக்கிரமமான ஆக்கிரமிப்பினால் பாரத நாடு கொதிப்படைந்துள்ளது. எண்ணற்ற தியாகங்கள் செய்து பெற்ற சுதந்திரத்தைப் பாதுகாக்க மக்கள் வீறு கொண்டுள்ளனர். பெருமை மிகுந்த இந்தநாடு, தனது தர்ம பலத்தால் எவ்வளவோ சோதனைகளில் இருந்து மீண்டுள்ளது. அதே போல இந்தச் சோதனையிலும் பாரதம் வெற்றி பெறும் என்பதில் சந்தேகமில்லை.

பெரும்பணி

சீனரைத் துரத்தியடிக்கும் பெரும் பணியில் நாடு ஈடுபட்டுள்ளது. தேசப் பாதுகாப்பு ஒன்றுதான் நம்முடைய தலையாய பணி. மற்ற எல்லா வேலைகளும் தேசப் பாதுகாப்பு என்ற மையத்தை நோக்கியே இயங்க வேண்டும். போர் வீரர்களுக்கும், அத்தியாவசியப் பணிகளில் ஈடுபட்டிருப்பவர்களுக்கும் எல்லா வசதிகளும் கிடைக்கச் செய்ய வேண்டும். உற்பத்திப் பெருக்கு என்பது தேசப் பாதுகாப்புப் பணியிலிருந்து வேறு பட்டதல்ல. உற்பத்தியைப் பெருக்குவது, பாதுகாப்பு வேலைகளில் ஒரு அங்கமே ஆகும்.

நம்மைத் தாங்கும் இந்தத் தாயகத்தின் மண் பொன்னான மண். இந்த மண்ணுக்கு உரமும் நீரும் வேண்டுமளவு சேர்த்து உற்பத்தியை ஒன்றுக்குப் பலவாகப் பெருக்கமுடியும். என்றுமே இல்லாத அளவுக்கு வேளாண்மை உற்பத்திப் பெருக்கம் ஏற்பட்டாக வேண்டியிருக்கிறது. அயல் நாடுகளில் இருந்து ஆயுதங்கள், தளவாடங்கள் போன்ற முக்கிய பொருள்கள் அதிகம் வரவேண்டியிருப்பதால் தானியங்கள் கொண்டுவருவது இயலாது.

தமிழ் நாட்டின் நிலவளம், நீர் வளத்திற்கு ஏற்ப தானியங்கள், பயறு வகைகள், காய்கறிகள், உருளைக்கிழங்கு, பழங்கள் முதலியவைகளைத் தீவிரமாகச் சாகுபடி செய்ய வேண்டும்.

வேளாண்மை உற்பத்தியில் தமிழ்நாடு

வேளாண்மை உற்பத்திப் பெருக்கத்தில் தமிழ் நாடு இந்தியாவில் ஏற்கனவே முன்னணி மாநிலங்களில் ஒன்றாக விளங்குகிறது. முதலாவது, இரண்டாவது திட்ட காலங்களில் உற்பத்தி கணிசமாக அதிகரித்துள்ளது. முதல் ஐந்தாண்டுத் திட்ட ஆரம்பத்தில் 38 லட்சம் டன்னாக இருந்த உணவு உற்பத்தி இரண்டாம் திட்ட முடிவில் 53 லட்சம் டன்களாக உயர்ந்தது. பஞ்சு உற்பத்தி இரண்டு லட்சத்து இருபத்தாறாயிரம் பேல்களில் இருந்து மூன்று லட்சத்து எழுபத்து நாலாயிரம் பேல்களாக அதிகரித்தது. எண்ணெய் வித்துக்கள் உற்பத்தி எட்டு லட்சம் டன்களில் இருந்து 10லட்சத்து நாற்பதாயிரம் டன்களாக அதிகரித்தது. மூன்றாம் திட்டத்தில் உணவு தானிய உற்பத்தியை 69.5 லட்சம் டன் அளவுக்கு உயர்த்த வேலைகள் நடைபெற்று வருகின்றன. பஞ்சு உற்பத்தியை 5லட்சத்து எழுபதாயிரம் பேல்களாகவும், எண்ணெய் வித்துக்கள் உற்பத்தியை 13.5 லட்சம் டன்களாகவும் அதிகரிக்க திட்டங்கள் மேற்கொள்ளப் பட்டுள்ளன.

உற்பத்தியைப் பெருக்குவதற்காக, அரசாங்கம் குடியானவர்களுக்கு, பல வழிகளில் உதவுகின்றது. அதிகமான பலன்தரும் பொறுக்கு விதைகள் வழங்கப்படுகின்றன. தழை உரச்செடி விதைகள், 15 சதவீதம் குறைந்த விலையில் தரப்படுகின்றன. கம்போஸ்டு உரம் தயார் செய்வதற்காக, உரக்குழு ஒன்றுக்கு ரூ.6 வீதம் மானியம் அளிக்கப்படுகிறது. கம்போஸ்டு உரம் தயாரிக்கும் பஞ்சாயத்துகளுக்குக் கடன் உதவி அளிக்கப்படுகிறது. அமோனியம் சல்பேட், யூரியா, சூப்பர் பாஸ்பேட், பொட்டாஷ் முதலிய ரசாயன உரங்கள் வழங்கப்படுகின்றன. அந்த உரங்களை வாங்கக் கடனும் அளிக்கப்படுகிறது. பயிர் பாதுகாப்புக்காக பூச்சி மருந்துகள் சலுகை விலையில் வழங்கப் படுகின்றன. பழச் செடிகள் பயிரிடக் கடன் உதவி அளிக்கப்படுகிறது. டிராக்டர்கள், பம்பு செட்டுகள், வாங்கக் கடன் உதவி தரப்படுகிறது.

இந்த வசதிகளைத் தமிழ் நாட்டுக் குடியானவர்கள் நல்லமுறையில் பயன்படுத்தி உற்பத்தியைப் பெருக்கி இருக்கிறார்கள். தற்சமயம் ஏக்கர் ஒன்றுக்கு சராசரி 2016 ராத்தல் நெல் விளைகிறது. ஏக்கர் ஒன்றுக்குத் தானிய உற்பத்தி சுமார் 60 சதவிகிதம் அதிகரித்துள்ளது. 60சதவிகித உயர்வு என்ற நிலைமாறி விளைச்சலை இரட்டிப்பாக்கவும் முடியும்.

நாட்டின் உரிமைக்கு ஏற்பட்டுள்ள அபாயத்தை நினைவு கூர்ந்து குடியானவர்கள் முனைந்து பாடுபடுவது அவசியமாகும்.

தீவிரச் சாகுபடி திட்டம்

தமிழ் நாட்டின் நெற்களஞ்சியமான தஞ்சை மாவட்டத்தில் சுமார் 15 லட்சம் ஏக்கரில் நெல்சாகுபடி ஆகிறது. தஞ்சை நீர்வளம், நிலவளம் நன்கு அமைந்த பூமி. அங்கு ஏக்கர் விகித விளைவை கால்பங்கு அதிகரிக்க 1960-ல் தீவிரச் சாகுபடித் திட்டம் 2.25 லட்சம் ஏக்கர் நிலத்தில் ஆரம்பிக்கப்பட்டது. 1961-ல் இத்திட்டம் 3,4300 ஏக்கருக்கு விஸ்தரிக்கப் பட்டுள்ளது. இந்தத் தீவிரச் சாகுபடித் திட்டத்தின் மூலம் உயர்ந்த ரக நெல் விதைகள், உரங்கள், சாகுபடிச் செலவுக்குப் பணம், பயிர் பாதுகாப்புக்கான பூச்சி மருந்துகள் பெருமளவில் வழங்கப்படுகின்றன. 1960 - 61 ஆண்டில் சுமார் 40 லட்சம் ரூபாய் கடனாக வழங்கப்பட்டது. 1961 - 62-ல் 67.5 லட்சம் ரூபாய் கடனாக வழங்கப்பட்டது. தற்சமயம் தஞ்சை மாவட்டத்திலும் ஏக்கர் ஒன்றுக்கு 2122 ராத்தல் நெல் விளைகிறது. இந்த உற்பத்தியை மேலும் கால்பங்கு அதிகரிப்பதே இத்திட்டத்தின் நோக்கம். இந்த அளவு விளைச்சலைப் பெருக்குவது அசாத்தியமானதல்ல. ஏனெனில், கடந்த 10 ஆண்டுகளில் நெல் விளைச்சல் போட்டிகளில் ஏக்கருக்கு 8550 ராத்தல் நெல்லை நம் விவசாயிகள் விளைவித்திருக்கின்றார்கள்.

தென்ஆற்காடு மாவட்டத்தில் நிலக்கடலை உற்பத்தியைப் பெருக்குவதற்காகத் தீவிரச் சாகுபடித் திட்டம் மேற்கொள்ளப்படுகிறது. பண்ருட்டி, குறிஞ்சிப்பாடி, கடலூர் வட்டாரங்களில் இருபதாயிரம் ஏக்கரில் நிலக்கடலை விளைச்சலை 40 சதவிகிதம்வரை அதிகரிக்க வேண்டும் என்பது இத்திட்டத்தின் நோக்கமாகும். இதற்கு வேண்டிய விதை, உரங்கள், பூச்சி மருந்துகள் எல்லாம் கூட்டுறவு சங்கங்கள் மூலம் வழங்கப்படும். இதற்காக நான்கு வருடங்களில் 37.5 லட்சம் ரூபாய் கடன் உதவி செய்ய ஏற்பாடு செய்யப்பட்டிருக்கிறது.

பருத்தி உற்பத்தியை அதிகரிக்கவும் ஒரு தீவிரச் சாகுபடித் திட்டம் வகுக்கப்பட்டுள்ளது. கோவை, சேலம், திருச்சி, மதுரை, இராமநாதபுரம், திருநெல்வேலி மாவட்டங்களில் சுமார் 60,000 ஏக்கர் திட்டத் தினால் பயனடையும். இதனால் 15,000 பேல் பஞ்சு கூடுதலாக உற்பத்தியாகும்.

காய்கறி உற்பத்தி

சென்னை நகரத்திலும் சுற்றுப்புறமுள்ள கிராமங்களிலும் காய்கறி உற்பத்தியை அதிகரிக்க ஒரு திட்டம் வகுக்கப்பட்டுள்ளது. இதன்மூலம் போக்குவரத்துச் சங்கடங்கள் குறையவும், நகருக்கு நல்ல காய்கறிகள் கிடைக்கவும் வழி ஏற்படும். நீலகிரியில் உருளைக்கிழங்கு உற்பத்தியை

அதிகரிக்க ஏற்பாடுகள் நடந்துவருகின்றன. உற்பத்தியைப் பெருக்குவதற்காக, குடியானவர்களுக்கு தேவையான எல்லா உதவிகளையும் அரசாங்கம் தயங்காது செய்து வரும்.

உலகத்தின் கவனம் முழுவதும் நம் நாட்டை நோக்கித் திரும்பியிருக்கிறது. எந்த நெருக்கடியையும் தன்னால் சமாளித்து வெல்லமுடியும் என்பதை இந்தியா புலப்படுத்திக்கொண்டு வருகிறது. நாட்டில் இப்போது உள்ளது போன்ற உணர்ச்சி வேகம் முன்பு என்றுமே இருந்ததில்லை. இந்த உணர்ச்சி வேகம் செயல் வடிவமாகவும் பலன் தரவேண்டும். கழனிகளிலும் ஆலைகளிலும் உற்பத்தியைப் பெருக்கும் பணி புது வேகத்துடன் நடைபெறவேண்டும்.

நமது பொறுப்பு

இந்த நாடு நம்முடைய நாடு. இதைக் காக்கும் பொறுப்பு நம்முடையது.

தேசீயக் கவிஞர் சொல்லியதுபோல்

நாடு முற்றும் நம்மது
நன்மை தீமை நம்மது
வீடு பெண்டு மக்களை
வேறு காக்க திக்கு யார்?

இந்தப் பொறுப்பை உணர்ந்து மக்கள் ஒவ்வொருவரும் செயலாற்ற முற்பட வேண்டும். வளமான நமது நாட்டின் வளத்தை மேலும் பெருக்குவோம். நமது வலிமையை வளர்ப்போம். தேசப் பாதுகாப்புக்கு எல்லா வழிகளிலும் உதவுவோம். வெற்றி நமதே.

சோதனை நேரத்தில் மக்களின் கடமை

காஷ்மீரத்தில் பாகிஸ்தான் மீண்டும் அநியாயமான ஆக்கிரமிப்பில் இறங்கி, நம்மீது ஆயுதப் போராட்டத்தைத் திணித்தது. காலமெல்லாம் சமாதானக் கொள்கையைக் கடைபிடித்து, உலகுக்கெல்லாம் சமாதான வழி கூறிவந்த இந்தியா, வேறு வழியின்றி, இப்போது ஆக்கிரமிப்பை ஒழிக்க களத்தில் இறங்கிவிட்டது. இந்திய மக்கள் அன்பு வழியில் மட்டுமல்ல. ஆற்றலிலும் சிறந்தவர்கள்; பொறுமையில் மட்டுமல்ல: போரிலும் வல்லவர்கள் என்பதை உலகம் இன்று கண்டுவருகிறது.

அந்நிய நாட்டின் சில பகுதிகளை அபகரிப்பதற்காக இந்தியா இந்தப் போரில் ஈடுபடவில்லை. ஆக்கிரமிப்பைத் தூண்டும் எண்ணம், சக்தி, சாதனம் ஆகியவைகளைத் தகர்க்கவேண்டும் என்பதே இந்தியாவின் நோக்கம். இந்தப் போரில் இந்தியா அடையும் வெற்றி ஒரு நாட்டின் வெற்றிமட்டுமல்ல; தர்மத்தின் வெற்றியாக அமையும். நியாயத்தின் வெற்றியாக இருக்கும்.

நமது நாடு ஜனநாயக நாடு. இந்த அரசாங்கம் மக்களின் அரசாங்கம். அரசாங்கம் ஆக்கிரமிப்பைத் தடுக்கும் போரில் இறங்கியிருக்கும்போது மக்கள் ஒவ்வொருவரும் அதில் ஈடுபட்டிருக்கிறார்கள் என்பதே பொருள். போர்முனையிலே நமது வீரர்கள் உயிரைத் திரணமாக மதித்து வீரப்போர் நடத்திவருகின்றனர். தங்கள் கடமையை யாரும் வியக்கும் வண்ணம் அற்புதமாக நிறைவேற்றி வருகின்றனர்.

போர்முனைக்குச் செல்லும் வாய்ப்பு இல்லாமல் இருக்கும் குடி மக்கள் சாத்தியமான எல்லா வழிகளிலும் போர் முயற்சிகளுக்கு உதவியாகவும் ஆதரவாகவும் இருக்கவேண்டும். உதவியாகப் பணியாற்ற வேண்டும் என்ற துடிப்பும் மக்களிடையே - குறிப்பாக இளைஞர்களிடையே - இருக்கிறது. செயல்படுவதற்குரிய வழி வகைகளை நாம் முறையாக அமைத்துக்கொள்வது அவசியமாகும்.

சோதனையான இந்த நேரத்தில் தேசத்தின் ஒவ்வொரு அங்குல மண்ணையும் காத்து நாட்டின் கீர்த்தியைக் காக்க தீரத்தோடு போராடிக்கொண்டிருக்கும் நமது ஜவான்களின் மனநிலையை நாம் எண்ணிப் பார்க்கவேண்டும். தங்கள் மனைவி மக்களை விட்டு விட்டு, எல்லா மக்களையும் காப்பதற்காக அவர்கள் செருமுனையில் நின்றிருக்கிறார்கள். அந்தக் குடும்பங்கள் எந்தவிதமான கவலைக்கும் வசதிக் குறைவுக்கும் ஆளாகாதவாறு, அந்தந்தப் பேட்டை

வாசிகள், கிராம வாசிகள் கவனித்துக் கொள்ளவேண்டும். வீட்டிலிருப்பவர்கள் நிம்மதியாக இருக்கிறார்கள் என்று தெரிந்தால், களத்தில் உள்ள வீரர்கள் தங்கள் பணியில் இன்னும் முனைந்து ஈடுபடுவார்கள். நாடெங்கும் தீபாவளி வருகிறது. அந்த நாளில் நமது வீரர்களின் மனம் மகிழும்படிச் செய்து நாம் மகிழ்ச்சி காணவேண்டும். தீபாவளிப் பரிசு பெறுவதற்கு முதல் தகுதி உடையவர்கள் நாட்டைக்காக்கும் வீரர்களே ஆவர். பரிசுப் பொட்டலங்கள், புத்தகங்கள், டிரான்சிஸ்டர் ரேடியோ மற்றும் அவர்கள் விரும்பும் இதர பண்டங்களை அனுப்பி வைப்போமானால் நம்மைக் காக்கும் அவர்கள் மனம் மகிழும். நாட்டு மக்கள் அனைவருடைய இதயங்களும் ஒன்றுபடும்.

போர் என்பது ஒரு அழிவு வேலை. எத்தனையோ பொருள்கள் அதில் நாசமாகின்றன. ஆனால் நாடு காக்கவும் மானம் காக்கவும் எந்த நஷ்டமும் பெரிதில்லை. அழிவைப்பற்றிக் கவலைப்படவேண்டியதில்லை. ஆனால் அதே சமயத்தில் நமது ஆக்கும் சக்தி பல்கிப் பெருகவேண்டும். எதையும் ஈடுகட்டக்கூடிய திறன் வளரவேண்டும். குடிமக்களுக்கு வீரம் காட்ட வாய்ப்பு குறைவே தவிர, உற்பத்தியைப் பெருக்குவதன் மூலம் நாட்டுப் பணியாற்ற அமோகமான வாய்ப்பு இருக்கிறது. நமது ஆலைகளின் சக்கரங்கள் 24 மணி நேரமும் சுழலவேண்டும்; வேகமாகச் சுழல வேண்டும். வயல்கள் ஒவ்வொரு ஏக்கரிலும் அதிகமான மகசூல் எடுக்க வேண்டும். "அதிகமான உற்பத்தி; குறைவான உபயோகம்; சேதாரமே இல்லை" என்ற இலட்சியத்தை அமல்படுத்த வேண்டும். விருந்துகள், வைபவங்களுக்கு இது நேரமில்லை என்பதை உணர வேண்டும். ஒவ்வொரு தானிய மணியையும் சேமிக்க வேண்டும். மின்சார சக்தி நமது தொழிற்சாலைகளுக்கு ஏராளமான அளவில் தேவைப்படுகிறது; பெட்ரோல் எண்ணெய் தேச பாதுகாப்புச் சாதனங்களுக்கு இன்றியமையாத ஒன்று. இவைகளின் உபயோகத்தை வெகுவாகக் குறைக்க வேண்டும். எந்த உபயோகப் பொருளானாலும் நமது படை வீரர்களின் தேவை முதலிடம் பெறவேண்டும். அந்த அளவுக்கு நமது உபயோகத்தைக் குறைக்க வேண்டும்.

இஞ்சினீயர்கள், டாக்டர்கள் முதலானோர் இன்று பாதுகாப்புப் பணிகளுக்கு ஏராளமான அளவில் தேவைப்படுகின்றனர். நாட்டுக்குச் சேவை செய்ய இவர்களுக்கு இதைக்காட்டிலும் பொன்னான வாய்ப்பு வேறு இல்லை. இளைஞர்கள், கல்வி கற்கும் நிலையில் இருந்தாலும் சரி, வேறு தொழிலில் இருந்தாலும் சரி, நாட்டுச் சேவைக்கு தங்கள் ஆர்வத்தை வளர்க்க வேண்டும். அதற்கான பயிற்சிகளைப் பெறுவதில் கவனம் செலுத்துவதும் முக்கியமாகும்.

ஒரு தேசத்துக்குப் பெருமை அதன் பரப்பளவிலும் வளங்களிலும் மட்டுமில்லை, மக்கள் ஒவ்வொருவர் இயல்பிலும் மனத்திலும் அது பொதிந்திருக்கிறது. தேச நலனுக்காக எதையும் தியாகம் செய்யும் பண்பை வளர்த்துக் கொள்ளவேண்டும். சுயநலப் பேராசைகளை அறவே ஒழிக்கவும், சேவை மனப்பான்மையை வளர்க்கவுமான சூழ்நிலைகளை உறுதிப்படுத்த வேண்டும்.

நாட்டின் பாதுகாப்பைக் கருதி அரசினர் மேற்கொள்ளும் ஒவ்வொரு நடவடிக்கையிலும் மக்கள் மனமார ஒத்துழைப்பது அவசியமாகும். இரவு 9 மணிக்கு இருட்டடிப்பு என்றால், ஒரு வீடு, ஒரு இடம் பாக்கியில்லாமல் அதை அனுசரித்துக் காட்டி, நமது ஒழுங்குணர்ச்சியைப் புலப்படுத்த வேண்டும். சொல்லிய வண்ணம் செய்யக்கூடிய மக்கள் என்பதைக் காண்பிக்க வேண்டும்.

நமது போலீஸ் படையினருக்கு, தேசப் பாதுகாப்பு அலுவல் சம்பந்தமாக எவ்வளவோ பணிகள் இருக்கின்றன. எனவே, மக்கள் தங்களிடையே தகராறுகளுக்காக போலீசாரை நாடும் நிலைமை இருக்கலாகாது. ஒழுங்கு முறையோடு காரியங்களைச் செய்வது மூலம் போலீசாரின் பணியில் உதவ வேண்டும். ஒவ்வொரு சொல்லிலும் செயலிலும் மக்கள் பொறுப்புணர்ச்சியைக் காட்ட வேண்டும். பீதிகளைக் கிளப்புவதற்கோ, வேண்டாத வியாக்யானங்களைக் கிளப்புவதற்கோ இடம் தரக்கூடாது. முறையாகக் கிடைக்கும் உண்மைச் செய்திகளை மட்டுமே எடுத்துரைக்க வேண்டும். நமது எண்ணம், பேச்சு, செயல் ஒவ்வொன்றிலும் நம்பிக்கை மிளிர வேண்டும்.

போர் நாம் விரும்பாத தொழில். ஆனால் அது நமக்குத் தெரியாத தொழில் அல்ல. அறத்துக்காக அறப்போர், அறத்துக்காக ஆயுதப்போர். இரண்டிலுமே நாம் வல்லவர்கள். நம் இளைஞர்கள் உள்ளத்தில் இளமையிலிருந்தே சிறந்த மரபுகள் வளர வேண்டும். நாள் தோறும் கணந் தோறும் தேச பக்தி, வீர உணர்ச்சி ஊட்ட வேண்டும். இன்று நாட்டில் ஏற்பட்டுள்ள ஒற்றுமையை வலுப்படுத்த வேண்டும். காந்தியும் நேருவும் வாழ் நாளெல்லாம் பட்டபாடு வீண்பாடல்ல என்பதை உலகம் உணருமாறு செய்வோமாக. வாழ்க பாரதம். வெல்க சத்தியம்.

விவசாய உற்பத்தி

இறைவன் அருளால் கிடைக்கிற தண்ணீரை நமது விவசாயிகள் நல்லமுறையில் பயன்படுத்தி உற்பத்தியைப் பெருக்கிவருகிறார்கள். அவர்களுக்கு நமது பாராட்டுதலைத் தெரிவிக்கக் கடமை பட்டுள்ளோம். கிடைக்கிற தண்ணீரை நமது விவசாயிகள் சிறந்தமுறையில் சிக்கனமாகப் பயன்படுத்தி வருகிறார்கள். அதிகாரிகளும் விவசாயிகளும் ஒருவர் கடமையை ஒருவர் புரிந்து கொண்டு பணியாற்றுவதானது நாட்டின் முன்னேற்றத்தில் மிகவும் சிறப்பானதொரு விஷயமாகும்.

விவசாயிகளின் உழைப்பு

விவசாயிகளின் உழைப்பை நன்கு அறிந்துகொண்டு அவர்களுக்கு வேண்டிய ஒத்தாசைகளையெல்லாம் நமது அரசாங்கம் செய்து வருகிறது. இயற்கையாகக் கிடைத்த தண்ணீரைப் பயன்படுத்தி வருவதோடு நல்ல மாடுகள், பசுந்தாள் உரம் பஞ்சாயத்து யூனியன் வாயிலாக கிடைக்கும் கிராமக் கழிவுப்பொருள் எல்லாம் சேர்த்துக் கொடுத்து அதையும் அவர்கள் பயன்படுத்தி விவசாய உற்பத்தியைப் பெருக்க பாடுபட்டு வருகிறார்கள். உற்பத்தியைப் பெருக்குவதில் இப்போது விவசாயிகளுக்கு நல்ல ஆர்வம் வந்திருக்கிறது. முன்பெல்லாம் பல இடங்களில் தரிசு நிலங்கள் கிடக்கும். இப்போது ஒரு சில இடங்களில்தான் தரிசு நிலங்கள் கிடக்கின்றன. இருக்கிற தரிசு நிலங்களையும் பண்படுத்தி விவசாயம் செய்ய வந்திருக்கிறார்கள்.

இலமென் றசைஇயிருப்பாரைக் காணின்
நிலமென்னும் நல்லாள் நகும்.

என்று வள்ளுவர் கூறியிருக்கிறார்

கூட்டுறவு

நிலத்தை நன்கு பண்படுத்த விவசாயிகள் முன் வந்திருக்கிறார்கள். இன்னும் சில இடங்களில் தரிசு நிலங்கள் இருக்கின்றன. அப்பேர்ப்பட்ட நிலங்களை கூட்டுறவு வாயிலாக அல்லது ஹரிஜன இலாகாவிலிருந்து உதவி பெற்று கூட்டுப் பண்ணை வைத்து உற்பத்தியைப் பெருக்க அரசாங்கம் ஏற்பாடு செய்து வருகிறது.

விவசாயிகளுக்கு இருக்கும் ஊக்கமும் ஆர்வமும் போற்றத் தக்கவையாகும். எவ்வளவுதான் உற்பத்தி செய்தாலும் விவசாயப் பொருள்களுக்கு உழைப்பிற்குத்

தகுந்த ஊதியம் என்பது போல் அவர்கள் உழைப்பை மனத்தில் கொண்டு அவற்றிற்கு நல்ல விலை கிடைக்கவேண்டும். இதற்கு ஏற்பாடுகள் செய்யப்பட்டுள்ளன. விவசாயிகளுக்கு அதிக விலை கிடைக்கும் போது வாங்கி உண்பவர்களுக்கும் தங்குதடையின்றிக் கிடைப்பதற்கு உதவி செய்ய வேண்டியிருக்கிறது.

நெல்லூர் அரிசி

நெல்லூர் அரிசி சாப்பிடுகிறவர்களுக்கு, அது கிடைப்பதில்லை என்று சிலர் வருந்துகிறார்கள். நெல்லூர் அரிசி சாப்பிடுகிறவர்களை மட்டும் நாம் பார்த்துவிடமுடியாது. லட்சோபலட்சம் ஏழை மக்களுக்கும் உண்ண உணவு வேண்டும். அதற்குத்தான் நாம் பாடுபட்டுவருகிறோம். நல்ல அரிசி கிடைக்கும்போது அவர்களுக்கும் கிடைக்க கூட்டுறவு மூலமாகவோ அல்லது வியாபாரிகள் மூலமாகவோ உதவி செய்து வருகிறோம். ஒரு சில வியாபாரிகளுக்கு வேண்டுமானால் மனம் மாறாது இருக்கலாம். பெரும் வியாபாரிகள், தாம்பணம் சம்பாதிக்க வேண்டும் என்று நினைக்கலாம். அதற்காக எல்லோரும் மோசமானவர்கள் என்று கூறிவிட முடியுமா?

கருநாகமா?

வியாபாரிகள் எல்லோரும் கருநாகம் போன்றவர்கள் என்று சிலர் கூறுகிறார்கள். எல்லோரையும் அப்படிச் சொல்லிவிட முடியாது. வியாபாரிகள் வர்க்கத்தையே கருநாகம் என்று சொல்வது சரியல்ல.

பஞ்சாயத்துப் பகுதிகளில் விவசாயத்திற்காக நல்ல முறையில் உரம் தயார்செய்து வருகிறார்கள். குறிப்பாக கிராமங்களிலுள்ள கழிவுப் பொருள்களை யெல்லாம் ஒன்று சேர்த்து கம்போஸ்ட் உரம் சேகரிக்க வேண்டும் என்பதற்காக பல லட்சக்கணக்கான ரூபாய்கள் ஒதுக்கி செலவுசெய்து வருகிறோம். மத்திய அரசாங்கமும் இதற்கு ஒத்துழைத்து வருகிறது. இவ்வாறு செய்வதன் மூலம் கிராமங்கள் எல்லாம் சுத்தமாகின்றன. அதோடு கம்போஸ்ட் உரத்தை உபயோகிப்பதன்மூலம் உணவு உற்பத்தியும் பெருகுகின்றது. இந்தக் 'கம்போஸ்ட்' உரம் தயார் செய்வதில் பஞ்சாயத்துக்கள் நல்ல முறையில் ஈடுபட்டிருக்கின்றன. இது மகிழ்ச்சிக்குரியதாகும்.

சிறு பாசனம்

சிறுபாசனத் திட்டத்தின் கீழ் மத்திய அரசாங்கம் நமது மாநில அரசாங்கத்திற்கு அதிகமான அளவில் உதவி செய்துவருகிறது. இதன் மூலம்

பல இடங்களில் செப்பனிடுவதற்கு வாய்ப்பு ஏற்பட்டிருக்கிறது. ஏற்கனவே செப்பனிடப்படாமல் இருந்த இடங்களையெல்லாம் செப்பனிட்டு, விவசாயப் பெருமக்கள் நல்ல முறையில் பயிர் சாகுபடி செய்ய வகை செய்யப்பட்டுள்ளது.

பஞ்சாயத்து யூனியன்கள் மூலமாக நல்ல பல திட்டங்களைப் போட்டு அதற்காகப் பணம் ஒதுக்கி, அதன் வாயிலாக உணவு உற்பத்தியைப் பெருக்குவதற்கும் வசதி செய்யப்பட்டுள்ளது. பஞ்சாயத்துக்கள் மூலமாக நல்ல முறையில் கழிவுப் பொருட்கள் எல்லாம் ஒன்று சேர்க்கப்படுவதன் காரணமாக கிராமம் சுத்தமாக இருப்பதற்கு வேண்டிய நிலைமை ஏற்படுகிறது. முக்கியமாக, தெருக்களில், குப்பைகள் சேராமல் அந்தக் குப்பைகள் எல்லாம் நல்ல முறையில் சேகரிக்கப்பட்டுவிடும். சாதாரணமாக மழை காலத்தில் தான் இந்தக் கழிவுப்பொருட்கள் அடித்துச் செல்லப்படும். இப்போது அப்படி அல்லாமல், காலா காலத்தில் கூட்டி ஒன்றுசேர்ப்பதில் பஞ்சாயத்துக்கள் எல்லாம் அதிக அக்கரை எடுத்துக்கொள்கிறது.

இப்போது கிராமங்கள் எல்லாம் சுத்தமாக இருக்கின்றன. கண்ட இடத்தில் மலசலம் கழிக்காமல் கண்ட இடத்தில் குப்பைகள் கொட்டாமல் கம்போஸ்ட் உரம் தயாரிக்க பஞ்சாயத்துக்கள் அக்கரை எடுத்துக்கொள்ள வேண்டும். இதற்கான உதவிகளை அரசாங்கம் வழங்குகிறது.

பாசன வசதி

முன்பு ஆயக்கட்டுகள் அதிகம் கிடையாது. இப்போது பலவேறு துறைகளின் கீழ் பாசன வசதியைப் பெருக்கி இருக்கிறோம்.

நமது நோக்கம் விவசாயத்தைப் பெருக்க வேண்டும் உற்பத்தியைப் பெருக்க வேண்டும் என்பதுதான்.

காங்கிரஸ் மகா சபை இன்று நேற்றல்ல, ஆரம்ப முதலே விவசாயிகளுக்காகத் தான் பாடுபட்டு வருகிறது. அதற்காகப் பல போராட்டங்கள் கூட நடத்தியிருக்கிறோம். அதுமட்டுமல்ல, விளைச்சலில் பாட்டாளி மக்களுக்கு அதிகமான பாகம் கொடுக்கப்பட வேண்டுமென்ற முறையில் தஞ்சை ஜில்லா பண்ணையாள் சட்டத்தை அரசாங்கம் கொண்டு வந்தது. உழைப்பவனுக்கு நிலம் சொந்தம் என்ற முறையில் ஜமீன் ஒழிப்புச் சட்டம் கொண்டுவந்தோம். ஜமீன் நிலங்களில் கஷ்டப்பட்டுக் கொண்டிருந்தவர்களுக்கு அயன் கிராமம் மாதிரி பட்டா செய்துகொடுத்தோம். அவர்கள் தற்போது மகிழ்ச்சியுடன் இருக்கிறார்கள். கோயிலுக்குச் சொந்தமான நிலங்களையெல்லாம் கூட்டுறவு முறையில் எடுத்துக்கொண்டு விவசாய உற்பத்தியை அதிகம் ஆக்குகிறோம்.

தனிப்பட்டவர்கள் கூட கூட்டுறவு முறையில் விவசாயம் செய்ய வந்தால் உதவி செய்கிறோம். அதோடு தரிசு நிலங்களையெல்லாம் எடுத்து கூட்டுறவு முறையில் செயலாற்ற கிணறு வெட்டி, மாடு வாங்கிக் கொடுத்து, உரம் கொடுத்து விவசாயிகள் கூட்டுறவு முறையில் விவசாயம் செய்ய ஏற்பாடு செய்கிறோம்.

குறிப்பாக, விவசாயத் துறைக்காக ஹரிஜன நலத் துறையில் இருந்தும் கூட்டுறவு முறையில் நடத்த பல லட்சக்கணக்கான ரூபாய் செலவு செய்துகொண்டு வருகிறோம்.

நமது தலைவர்

தலைவர்களால் உருவாக்கப்படுவதும், தலைவர்களை உருவாக்குவதுமே ஒரு நாட்டின் சுதந்திரப் போராட்டம். காந்திஜி, லாலா லஜபதிராய், பால கங்காதர திலகர், மோதிலால் நேரு போன்ற அரும்பெரும் தலைவர்கள் உருவாக்கியதே பாரத நாட்டின் சுதந்திரப் போராட்டம். அது பல வீர இளைஞர்கள் மனதில் வேரூன்றி, அவர்களை தேச விடுதலைப் பணியில் ஈடுபடச் செய்தது. அவர்களுள் ஒருவரே நம்மருந் தலைவர் காமராஜ்.

இளவயதிலேயே அரசியலில் ஈடுபட்டவர் நம் தலைவர். அவ்வாறு அவர் ஈடுபட்ட காலத்தில் அரசியல் என்பது வாயளவில் இல்லாமல், எதுவும் செயலளவில் இருந்தது. வாய்ச் சொற்களைவிட, சாதனைத்திறம் கொண்டவர்களே காங்கிரஸ் மஹா சபைக்கு அதிக அளவில் தேவைப்பட்டார்கள். ஏனெனில் பலம் வாய்ந்த ஒரு அந்நிய சாம்ராஜ்யத்தை எதிர்த்து நிற்பதற்கு செயல் திறம்தான் முக்கியமல்லவா? இத்தகைய செயல் திறம் கொண்டவர்தான் காமராஜ். அன்று தொண்டர்களுக்குள் ஒரு தொண்டராக இருந்தவர், படிப்படியாக உயர்ந்து, இன்று தலைவர்களுக்கு ஒரு தலைவராகத் திகழ்வதற்குக் காரணம் அவரது செயல்திறமும், அயராத உழைப்புமேயாகும்.

தேசப்பற்று

திரு. காமராஜை ஆகர்ஷித்தது தேசப்பற்று. ஆனால் அவரை வழி நடத்திச் சென்றது காந்தீயம் இன்று அமைதியும், ஆழ்ந்த சிந்தனையும் அவரது குணாதிசியங்களாகத் திகழ்கின்றன. இதற்குக் காரணம் - அல்லது அடிப்படை - காமராஜ் அரசியலில் பிரவேசித்த காலத்திலிருந்து அவர் காந்திஜியின் சாத்வீகத் தர்மத்தின் மேல் கொண்ட பற்றும், நம்பிக்கையும் தான். இயற்கையாகவே இளமையில் இருக்கும் துடிப்பும், வேகமும் அன்று இவருடம் இல்லை என்றுசொல்ல முடியாது. ஆனால் காந்திஜியை லட்சிய புருஷராக ஏற்றுக்கொண்ட உள்ளத்தை அந்த இளமை வேகங்கள் ஆக்ரமிக்க முடிய வில்லை என்றே சொல்லவேண்டும்.

திரு. காமராஜ் அரசியலில் பிரவேசிக்கும் நேரத்தில் உற்றார் உறவினர்கள் அவருக்குப் பெரும் தடைகள் போட்டார்கள். ஆனால் அந்தத் தடைகளை யெல்லாம் மீறிவிட்டு, தமது விருப்பு, வெறுப்புகளுக்கு மட்டுமே இடமளித்து, அன்று அவர் தேச சேவையில் ஈடுபட்டார். இன்று தமது விருப்பு, வெறுப்புகள் அனைத்தையும் துறந்துவிட்டு, தமிழ் மக்களின் அபிலாஷைகளை, அவர்களது

எதிர்காலக் கனவுகளை, மனமார ஏற்று அவைகளை நிறைவேற்றிக் கொண்டு வருகிறார்.

ஒரே உறவு அன்னை

நிர்வாகம் நடத்தும் தலைவர்களுக்கென கிரீஸ் நாட்டு அரசியல் ஞானி பிளாட்டோ ஒரு விளக்கம் சொன்னார். "குடும்பம், சுற்றம், உறவு ஜனங்கள் இல்லாத தலைவன் ஆட்சி செய்தால், அந்த ஆட்சியில் குறைகள் படிப்படியாகக் குறைந்து கொண்டு வரும்" என்றார் அவர். நம் தலைவருக்கு இன்றுள்ள ஒரே உறவு - ரத்தத் தொடர்புள்ள ஒரே உறவு - அவரை ஈன்றெடுத்த அருமை அன்னையார்தான். மற்றபடி அவரது சொந்த வீடு பரந்த இந்த தேசமாகும். இங்குள்ள மக்கள் தான் அவருக்குள்ள உறவினர்கள். அவர்களுக்காகப் பாடுபடுவது ஒன்றே அவரது லட்சியம்.

திரு. காமராஜ், காந்திஜியின் உண்மையான சீடர் என்பதற்கு முக்கியமான ஒரு உதாரணம் உண்டு. காந்திஜிக்கு, எல்லாவற்றுக்கும் மேலாக, கிராமங்கள் மீதும், கிராம மக்கள் மீதும் ஒரு தனி அன்பு உண்டு. அதேபோல் காமராஜ் அவர்களுக்குக் கிராம மக்களிடம் ஒரு தனி பரிவு இருகிறது. அந்நிய ஆட்சியின்போது, வாழ்க்கையில் சகல விதங்களிலும் நொந்து போனவர்கள் கிராம மக்கள். ஆயினும் இந்தியாவின் பலத்துக்கு ஒரு முதுகெலும்பாகத் திகழ்ந்தவர்கள், திகழ்பவர்கள் அவர்கள். அப்பேற்பட்ட அவர்களைக் காணும்பொழுதும், அவர்கள் மத்தியில் இருக்கும் பொழுதும் காமராஜ் ஒரு புதுச் சக்தியே பெறுகிறார் என்று சொல்ல வேண்டும்.

கிராமங்களில் வளர்ச்சி

அதனால்தான் இன்றைய அவரது ஆட்சியில் நிறைவேற்றப்படும் பல திட்டங்களில் கிராம வளர்ச்சி முதலிடம் பெற்றிருக்கிறது. அதற்கேற்ப கிராமங்களில் மகத்தான வளர்ச்சியும் ஏற்பட்டிருக்கிறது. கிராமங்களுக்கு மின்சார விஸ்தரிப்பு, கிராமக் கூட்டுறவுச் சங்கங்களுக்கு அரசாங்க உதவி, கிராமங்களில் கல்வி வளர்ச்சி, பள்ளிப் பிள்ளைகளுக்கு இலவச நண்பகல் உணவுத் திட்டம் - இவையெல்லாம் கிராம மக்கள் சமுதாயத்துக்குப் புத்துயிர் தந்திருக்கின்றன.

திரு. காமராஜின் வளர்ச்சி, இரண்டு விஷயங்களைச் சந்தேகத்துக்கு இடமில்லாமல் நிருபிக்கின்றன.

“ஆக்கம் அதர்வினாய்ச் செல்லும் அசைவிலா
ஊக்க முடையான் உழை”

என்றார் வள்ளுர் பெருமான். அயராத உழைப்பாளியை நோக்கி வெற்றியும், புகழும் வழி கேட்டுக்கொண்டுபோகும். இதன்படி திரு. காமராஜ் அவர்களுக்கு அகில இந்தியாவும் பெருமதிப்பளிக்கிறது. மற்றொரு உண்மை என்னவென்றால் மக்கள் நலனுக்குப் பாடுபடும் ஒருவர். குடியாட்சியில் எந்த அளவுக்கும் உயரலாம் - உயர்வதற்கு வாய்ப்பு இருக்கிறது என்பதாகும். இந்திய நாட்டில் குடியாட்சித் தத்துவம் பெற்றிருக்கிற வளர்ச்சிக்கு திரு. காமராஜ் ஒரு எடுத்துக்காட்டே ஆவர்.

தோன்றாத் துணை

அது மட்டுமல்ல. முயற்சி உடையவர்களுக்கு அவர் ஒரு நம்பிக்கை. தொழிலாளர்களுக்கு அவர் ஒரு தோன்றாத்துணை. சோம்பித்திரியும் மெத்தனக்காரர்களுக்கு அவர் ஒரு தூண்டுகோல் முன்னேறத் துடிக்கும் சமுதாயத்துக்கு அவர் ஏற்றதொரு தலவர்.

அந்தத் தலைவரின் கீழ் ஒன்றுகூடி நாட்டை மேம்படுத்துவோம்!